உள்ளங்கையில் ஷேக்ஸ்பியர்

(புகழ்பெற்ற ஷேக்ஸ்பியர் நாடகங்களின் சுருக்கங்கள், எளிய வடிவில்)

உள்ளங்கையில் ஷேக்ஸ்பியர்

(புகழ்பெற்ற ஷேக்ஸ்பியர் நாடகங்களின் சுருக்கங்கள், எளிய வடிவில்)

என். சொக்கன்

ZDP
SPECIFICS

Title: Ullankaiyil Shakesphere
Author's Name: N Chokkan

Published by ZDP Specifics

ZDP
SPECIFICS

(An imprint of Zero Degree Publishing)
No. 55(7), R Block, 6th Avenue,
Anna Nagar,
Chennai - 600 040

Website: www.zerodegreepublishing.com
E Mail id: zerodegreepublishing@gmail.com
Phone: 89250 61999

ZDP Specifics First Edition: November 2022
ISBN: 978-81-956735-3-7
TITLE NO EP: 28

Cover Design & Layout: Vijayan, Creative Studio

பொருளடக்கம்

முன்னுரை

வில்லியம் ஷேக்ஸ்பியரின் புகழ் பெற்ற பதினேழு நாடகங்களைத் தேர்ந்தெடுத்து, அவற்றின் கதைச் சுருக்கம்மட்டும் இங்கே தரப்பட்டுள்ளது.

ஷேக்ஸ்பியரின் பெரும்பாலான நாடகங்களின் சிறப்பு அம்சங்கள் என்று பார்த்தால், சுவாரஸ்யமான கதைப் பின்னணியும் சுவையான காட்சி அமைப்புகளும் கவிதைபோன்ற அழகு நடையும்தான். இவற்றுள், கதைக்குமட்டும் முக்கியத்துவம் தந்து இந்தச் சுருக்கத்தைச் செய்துள்ளோம். இவை ஓர் ஆரம்பம்தானேதவிர, கண்டிப்பாக முழு நீள நாடகங்களுக்கு மாற்றாகிவிடாது.

என்றாலும், ஷேக்ஸ்பியரை வாசிக்க விரும்புகிறவர்கள், முதல்கட்டமாக இதுபோன்ற சுருக்கங்களைப் படிக்கலாம். அதன்பிறகு, உங்களுக்கு சுவையாகத் தோன்றும் நாடகங்களின் மூலப் பிரதிகளைத் தேடி வாசிக்கலாம்.

முக்கியமாக, குழந்தைகளுக்கு ஷேக்ஸ்பியரை அறிமுகப்படுத்துவதற்கு இதுபோன்ற கதைச் சுருக்கங்கள் நன்கு உதவும். இந்த வகையிலான ஷேக்ஸ்பியர் நாடகச் சுருக்கங்களின்

முன்னோடிகள், சார்லஸ் லாம்ப் *(Charles Lamb)* மற்றும் மேரி லாம்ப் *(Mary Lamb)* என்ற இருவர்.

பத்தொன்பதாம் நூற்றாண்டின் முற்பகுதியில் இந்த அக்காவும் தம்பியும் சேர்ந்து எழுதிய *'Tales from Shakespeare'* என்ற நூல், அதன்பிறகு பல தலைமுறைக் குழந்தைகளுக்கு ஷேக்ஸ்பியரை எளிமையாக அறிமுகப்படுத்திக்கொண்டிருக்கிறது. இந்தப் புத்தகத்தில், ஷேக்ஸ்பியரின் இருபது நாடகங்களைத் தேர்ந்தெடுத்து, அவற்றைச் சிறுகதை வடிவில் எழுதியுள்ளார்கள் சார்லஸ் & மேரி லாம்ப்.

மிகச் சிறப்பான இந்த நூலை அடியொற்றியே இந்தத் தமிழ்ச் சுருக்கங்களில் பெரும்பாலானவை எழுதப்பட்டுள்ளன. நாடகங்கள் அவை எழுதப்பட்ட கால வரிசைப்படி தொகுக்கப்பட்டுள்ளன.

'Tales from Shakespeare' போலவே ஷேக்ஸ்பியரின் படைப்புகளை எளிமையாகவும் சுருக்கமாகவும் அறிமுகப்படுத்தும் பல நூல்கள் உள்ளன. காமிக்ஸ்களாகக்கூட ஷேக்ஸ்பியர் கதைகள் கிடைக்கின்றன. அந்தந்த வயதினருக்கேற்ப, அவரவர் ஆங்கில அறிவுக்கேற்ப வெவ்வேறு நிலைகளில் கிடைக்கும் இந்த நூல்கள், மேல்வாசிப்புக்கு உதவும்.

இங்கே அவசியம் குறிப்பிடவேண்டிய இன்னொரு புத்தகம், அறிவியல் புனைகதைகளுக்குப் புகழ்பெற்ற எழுத்தாளர் ஐசக் அசிமோவ் *(Isaac Asimov)* எழுதிய *'Asimov's Guide to Shakespeare'*, ஷேக்ஸ்பியரின் அனைத்துப் படைப்புகளையும் விரிவாக அறிமுகப்படுத்தும் புத்தகம் இது. ஷேக்ஸ்பியரின் கதைச் சுருக்கங்கள், சரித்திரப் பின்னணி போன்றவற்றைத் தருகிற இந்த நூல், ஷேக்ஸ்பியரை நன்கு ஊன்றிப் படித்தவர்களையும் புதிதாக அவரை வாசிக்க முற்படுகிறவர்களையும், ஒரே நேரத்தில் கவரக்கூடிய அற்புதமான படைப்பு.

ஷேக்ஸ்பியரின் நாடகங்கள், கவிதைகளை நேரடியாக வாசிக்க விரும்புகிறவர்களுக்கு, அவை ஒரே முழுத் தொகுப்பாகக்

கிடைக்கின்றன. விலை சுமார் முன்னூறு ரூபாயில் தொடங்கி, பதிப்பின் தரத்துக்கேற்ப ஆயிரக்கணக்கான ரூபாய்கள்வரை நீள்கிறது. ஆனால் ஒரு விஷயம், இந்தப் புத்தகங்களை வாங்கித் திறப்பதற்குமுன், அந்தக் கால ஆங்கில வசனத்தின் கவிதைத்தன்மைக்கு நம்மைத் தயார் செய்துகொண்டுவிடுவது அவசியம்.

இந்த அருமையான நாடகங்களை எழுதிய ஷேக்ஸ்பியரின் வாழ்க்கையும் அதே அளவு சுவையானதுதான். அதுபற்றி மேலும் அறிய ஆர்வமுண்டென்றால், என்னுடைய 'ஷேக்ஸ்பியர்' என்ற நூலை வாசிக்கலாம்.

என்றும் அன்புடன்,
என். சொக்கன்
பெங்களூரு.

1

The Two Gentlemen of Verona

வெரோனா நகரில் இரண்டு இளம் நண்பர்கள் - வேலன்டைன் & ப்ரொடெஸ்.

சிறுவயதிலிருந்து ஒன்றாகவே படித்த இவர்கள் இருவரும், ஒருவரையொருவர் பிரிந்திருந்த நேரங்களே மிகக் குறைவு. எல்லாவிதத்திலும் ஒரே அலைவரிசையில் இருந்த இந்த நண்பர்கள் இருவருக்கும் இடையே கருத்து வேறுபாடு ஏற்பட்டது ஒரே ஒரு விஷயத்தில்தான் - காதல்!

ப்ரொடெஸ் ஜூலியா என்ற பெண்ணைத் தீவிரமாகக் காதலித்துவந்தான். ஆனால், வேலன்டைனுக்கு, இந்தக் காதல், கத்திரிக்காய் விஷயங்களில் நம்பிக்கை இல்லை. சுதந்திரமாகத் திரியவேண்டிய இளமைக் காலத்தில், காதலிடம் சிக்கிவிடக்கூடாது என்பது அவனுடைய கட்சி.

இந்த நிலைமையில் வேலன்டைன் மிலன் நகருக்குச் செல்லவேண்டியிருந்தது. ஆகவே, நண்பர்கள் இருவரும் பிரிகிறார்கள்.

வேலன்டைன் கிளம்பிச் சென்று சில நாள்களுக்குப்பின், ஜூலியா ப்ரொடெஸூக்கு ஒரு காதல் கடிதம் எழுதுகிறாள். அதை ப்ரொடெஸ் பிரித்துப் படித்துக்கொண்டிருக்கும்போது, அவனுடைய அப்பா வந்துவிடுகிறார், 'அது என்ன கடிதம்?', என்று அவர் விசாரிக்க, 'மிலன் நகரிலிருந்து வேலன்டைன் எழுதிய கடிதம்', என்று பொய் சொல்கிறான் ப்ரொடெஸ்.

அந்தப் பொய், அவனுக்கு வினையாக அமைந்துவிட்டது, 'நீயும் அவனோடு மிலனுக்குப் போ!', என்று ப்ரொடெஸைப் பொட்டலம் கட்டி ஊருக்கு அனுப்பிவிடுகிறார் அப்பா.

காதலியைப் பிரிந்த சோகத்தோடு மிலன் நகருக்கு வந்து சேர்கிறான் ப்ரொடெஸ், அங்கே அவனுக்கு ஓர் இனிய ஆச்சரியம் காத்திருக்கிறது. அதுவரை காதலைப்பற்றி, காதலிப்பவர்களைப்பற்றித் தவறாகப் பேசிக்கொண்டிருந்த வேலன்டைன், இப்போது காதல்வயப்பட்டிருக்கிறான். மிலன் நகரப் பிரபுவின் மகள் சில்வியாதான் அவனுடைய காதலி.

சில்வியாவும் வேலன்டைனைக் காதலிக்கிறாள். ஆனால், அவளுடைய அப்பா, அவளை வேறொருவருக்கு மணமுடிக்கத் திட்டமிட்டிருக்கிறார்.

ஆகவே, காதலர்கள் இருவரும் மிலன் நகரைவிட்டுத் தப்பித்துச் சென்றுவிடுவதாகத் திட்டமிடுகிறார்கள். இந்த விஷயத்தைத் தமது உயிர் நண்பனான ப்ரொடெஸிடம் சொல்கிறான் வேலன்டைன்.

ஆனால், அவனுக்குத் தெரியாத ஒரு விஷயம், அழகி சில்வியாவைப் பார்த்ததிலிருந்து, ப்ரொடெஸூம் அவள்மீது காதல் கொண்டுவிட்டான். ஆகவே, எப்படியாவது வேலன்டைனின் காதலை உடைத்தாகவேண்டும் என்று முடிவுகட்டுகிறான் அவன். அதாவது, ஒருபக்கம் தன் காதலி ஜூலியாவுக்கு துரோகம், இன்னொரு பக்கம் நண்பன் வேலன்டைனுக்கு துரோகம்.

உடனடியாக மிலன் நகரப் பிரபுவைச் சந்திக்கும் ப்ரொடெஸ்,

அவரிடம் வேலன்டைன் - சில்வியா காதலைப்பற்றியும், அவர்கள் ஊரைவிட்டுச் செல்வதற்குத் திட்டமிட்டிருப்பதையும் சொல்லிவிடுகிறான். இந்த விஷயத்தை வேலன்டைனிடமிருந்தே தந்திரமாகத் தெரிந்துகொள்ளும் பிரபு, கோபம் கொண்டு, வேலன்டைனை நாட்டிலிருந்தே வெளியேற்றிவிடுகிறார்.

இதனிடையே, ப்ரொடெஸைக் காணாமல் கலக்கம் கொண்ட ஜூலியா, அவனைத் தேடி மிலனுக்கு வருகிறாள். யாரும் தன்னை அடையாளம் கண்டுவிடக்கூடாது என்பதற்காக, ஆண் வேடத்தில் வரும் ஜூலியா, ப்ரொடெஸின் இந்தப் புதிய காதலைப்பற்றித் தெரிந்துகொண்டு, சோகமாகிறாள்.

ஆனால், ப்ரொடெஸின் இந்தத் துரோகத்தையும் மீறி, அவள் அவனை நேசிக்கிறாள். ஆகவே, பொய்ப்பெயரில் அவனிடமே வேலைக்குச் சேர்கிறாள். இந்த விஷயம் தெரியாத ப்ரொடெஸ், தமது புதிய காதலிக்கான காதல் கடிதங்களையெல்லாம், பழைய காதலி ஜூலியாவிடமே கொடுத்து அனுப்புகிறான். ஆனால், வேலன்டைனையே நினைத்து மருகிக்கொண்டிருக்கும் சில்வியா அவனைச் சீண்டுவதில்லை.

மிலன் நகரிலிருந்து வெளியேற்றப்பட்ட வேலன்டைன், காட்டில் ஒரு கொள்ளைக் கூட்டத்துடன் சேர்ந்துகொள்கிறான். ஆனால், இந்தத் தகவல் சில்வியாவுக்குத் தெரியாது.

ஆகவே, அவள் அவனைத் தேடி வேறு எங்கோ புறப்படுகிறாள், வழியில், வேலன்டைனின் கொள்ளைக் கூட்டத்தைச் சேர்ந்த ஒருவன் சில்வியாவைச் சிறைபிடித்துவிடுகிறான்.

அப்போது அங்கே வரும் ப்ரொடெஸ், அவளைக் காப்பாற்றுகிறான். ஆனால், ‘உடனடியாக என்னைக் கல்யாணம் செய்துகொள்’, என்று அவன் சில்வியாவை வற்புறுத்த, அவள் அவனை மேலும் வெறுக்கிறாள்.

இந்தச் சமயத்தில் வேலன்டைன் அங்கே வருகிறான், ‘என்னுடைய நண்பனுக்காக நான் என் காதலியை விட்டுத்தருவதற்குத் தயாராக இருக்கிறேன்’, என்று அவன்

சொல்ல, ப்ரொடெஸிடம் உதவியாளராக இருக்கும் ஜுலியா, இதைக் கேட்டு, தன்னுடைய காதல் கைகூடாதோ என்கிற பயத்தில் மயங்கிவிழுகிறாள்

அப்போதுதான், ப்ரொடெஸுக்குத் தன்னுடைய (முன்னாள்) காதலியை அடையாளம் தெரிகிறது. உடனடியாக அவன் தனது தவறை நினைத்து வெட்கப்படுகிறான், ‘என்னை மன்னித்துவிடு ஜுலியா, என்னுடைய ஒரே காதலி நீதான்’, என்கிறான்.

இதற்குள், சில்வியாவுக்கு நிச்சயிக்கப்பட்டிருந்த மாப்பிள்ளை அங்கே வருகிறான். சில்வியாவைத் தூக்கிச் செல்ல முயல்கிறான்.

‘என் காதலியைத் தொடாதே’, என்று வேலன்டைன் அவனைச் சண்டைக்கு அழைக்க, அவனோ பயந்து நடுங்குகிறான். இந்தச் சம்பவத்திலிருந்து, அவன் ஒரு கோழை என்று தெரிந்துகொள்ளும் சில்வியாவின் அப்பா மிலன் பிரபு, அவனைத் துரத்திவிட்டு, தன் மகளை வேலன்டைனுடன் இணைத்துவைக்கிறார்.

இரண்டு நண்பர்களின் திருமணங்களும் மிகச் சிறப்பாக நடைபெறுகின்றன.

2

The Comedy of Errors

பல ஆண்டுகளாக, சைரகஸ், எஃபிசஸ் நகரங்களுக்கிடையே கடுமையான பகை நிலவிவந்தது.

இதனால், எஃபிசஸ் நகரில் ஒரு விநோதமான சட்டம் இருந்தது. சைரகஸ் நகரைச் சேர்ந்த வியாபாரி யாராவது, எஃபிசஸ் நகரில் தட்டுப்பட்டால், அவர்கள் உடனடியாகக் கைது செய்யப்படுவார்கள். ஆயிரம் மார்க் அபராதம் செலுத்தினால், அவர்களுக்கு மன்னிப்பு, இல்லாவிட்டால், மரணதண்டனைதான்.

இப்படிச் சட்டபூர்வமாக சைரகஸ்காரர்களை வெறுத்துக்கொண்டிருந்த எஃபிசஸ் நகரில், ஏஜியன் என்ற வியாபாரி அலைந்துகொண்டிருந்தான். அவன் சைரகஸ் நகரைச் சேர்ந்தவன் என்று தெரிந்ததும், அவனைக் கைது செய்து, நகரப் பிரபுவின்முன் நிறுத்தினார்கள்.

'சைரகஸ் நகரத்தைச் சேர்ந்த நீ, இங்கே ஏன் வந்தாய்? அப்படி வந்தால் மரண தண்டனைதான் என்று உனக்குத் தெரியாதா?', என்று கேட்டார் பிரபு.

'நான் மரணத்துக்கு பயப்படவில்லை', என்றான் பிடிபட்டவன், 'ஏனெனில், அதைவிடக் கொடுமையான பல அனுபவங்களை நான் சந்தித்திருக்கிறேன். அதனால், என் மனம் ஏற்கெனவே உடைந்து நொறுங்கிவிட்டது.'

ஏஜியன் இப்படிச் சொன்னதும், எல்லோரும் அவனுடைய கதையைக் கேட்க விரும்பினார்கள். ஆகவே, அவன் தன்னுடைய சோகக் கதையை விவரித்தான்.

'மனைவி, குழந்தைகளோடு சந்தோஷமாக வாழ்க்கை நடத்திக்கொண்டிருந்தவன் நான். நடுக்கடலில் நடந்த ஒரு விபத்துதான் என்னை இந்த நிலைமைக்குத் தள்ளிவிட்டது', என்றான் அவன், 'எனக்கும் என் மனைவிக்கும் அழகான இரட்டைக் குழந்தைகள், இரண்டு பேருக்கும் ஆன்டிஃபோலஸ் என்று ஒரேமாதிரியாகப் பெயர் வைத்தோம். அவர்களைக் கவனித்துக்கொள்வதற்காக, இரண்டு குழந்தைகளை நான் விலை கொடுத்து வாங்கி வளர்த்தேன். அவர்களும் இரட்டையர்கள்தான். அவர்கள் இருவருக்கும்கூட ஒரே பெயர்தான் - டிரோமியா!'

'அப்போது நான் ஒரு வெளியூரில் வேலை பார்த்துக் கொண்டிருந்தேன். அங்கிருந்து நாங்கள் கப்பலில் ஊர் திரும்பிக்கொண்டிருந்தபோது, கடுமையான ஒரு புயல்காற்று, எங்கள் கப்பலைச் சிதைத்துவிட்டது. அதிர்ஷ்டவசமாக, நாங்கள் எல்லாருமே உயிர்தப்பிவிட்டோம். என்றாலும், எங்கள் குடும்பம் இரண்டாகப் பிரிந்துவிட்டது.'

அதாவது, ஏஜியனுடன், அவனுடைய மகன்களில் இளையவனும் அவனுக்குத் துணையாக இருந்த இரட்டையர்களில் ஒருவனும்மட்டும் தப்பிவிட்டார்கள். மற்றவர்கள் (ஏஜியனின் மனைவி, மூத்த மகன், அவனுக்குத் துணையாக இருந்தவர்களில் மூத்தவன்) கடலில் வேறு திசையில் அடித்துச்செல்லப்பட்டார்கள்.

'அதன்பிறகு, என் மனைவியும் மூத்த மகனும் என்ன ஆனார்கள் என்றே எனக்குத் தெரியவில்லை', என்றான் ஏஜியன், 'ஆனால்,

பதினெட்டு வயதில், என் மகன், தமது அம்மாவையும் அண்ணனையும் தேடிக்கொண்டு கிளம்பிச் சென்றான். ஆனால், கடந்த ஐந்து வருடங்களாக, அவனும் திரும்பிவரவில்லை. இப்படி எல்லோரையும் பறிகொடுத்துவிட்டு, நான் தனியே நிற்கிறேன்', என்று அவன் வருத்தமாகச் சொன்னதும், பிரபுவின் மனத்தில் அவன்மீது பரிதாபம் உண்டானது.

ஆனால், சட்டப்படி, அவரால் ஏஜியனைத் தண்டிக்காமல் இருக்கமுடியாது. என்றாலும், அவனுக்கு ஒரு நாள் அவகாசம் கொடுத்தார் பிரபு. அந்த ஒரு நாளைக்குள், அவர் ஆயிரம் மார்க் பணம் கொண்டுவந்து கொடுத்தால், அவரை விடுவித்துவிடுவதாகவும் சொன்னார் பிரபு.

'நான் எப்படி ஆயிரம் மார்க் பணம் சேர்க்கமுடியும்? எனக்கு இந்த ஊரில் யாரையுமே தெரியாதே', என்று பரிதாபமாக சொன்னான் ஏஜியன்.

ஆனால், ஏஜியனுக்குத் தெரியாத விஷயம், அவனுடைய இரண்டு மகன்களுமே, அந்த ஊரில்தான் இருந்தார்கள்.

மூத்த மகனான ஆன்டிஃபோலஸ், உள்ளூர் ராணுவத்தில் அதிகாரியாக இருந்தான். எஃபிசஸ் நகரிலேயே திருமணம் செய்துகொண்டு குடும்பஸ்தனாகியிருந்தான் அவன். கூடவே, அவனுக்கு உதவியாக, மூத்த டிரோமியா.

அவர்களைத் தேடிக்கொண்டு ஊர் ஊராகச் சென்ற இளைய ஆன்டிஃபோலஸ், இளைய டிரோமியாவும், அதே சமயத்தில் எஃபிசஸுக்கு வந்திருந்தார்கள், ஆனால், இந்த இரண்டு ஜோடிகளும் ஒருவரையொருவர் சந்தித்துக்கொள்ளவில்லை.

இந்த நேரத்தில், இளைய ஆன்டிஃபோலஸும் டிரோமியாவும், ஊரைச் சுற்றிப் பார்க்கக் கிளம்பினார்கள், இளைய ஆன்டிஃபோலஸ், தன்னுடைய உதவியாளன் இளைய டிரோமியாவை எங்கோ அனுப்பிவைக்க, அந்த நேரத்தில் அங்கே வந்த மூத்த டிரோமியா, இளைய ஆன்டிஃபோலஸைத் தன்னுடைய முதலாளி என்று நினைத்துக்கொண்டு, 'தங்கள்

மனைவி சாப்பிட அழைக்கிறார்கள். வீட்டுக்கு வாருங்கள்', என்று அழைத்தான்.

இளைய ஆன்டிஃபோலஸுக்கு ஒன்றும் புரியவில்லை. டிரோமியா தன்னிடம் ஏதோ விளையாடுகிறான் என்று நினைத்துக்கொண்டு, அவனைக் கண்டபடி திட்டி, அடித்துவிட்டான்.

உடனடியாக வீட்டுக்கு ஓடிச் சென்ற டிரோமியா, நடந்ததையெல்லாம் மூத்த ஆன்டிஃபோலஸின் மனைவி அட்ரினியாவிடம் சொன்னான். அவள் அதைக் கேட்டதும், தன் கணவனுக்கு வேறொரு பெண்ணின்மீது பிரியம் ஏற்பட்டுவிட்டது என்று முடிவுகட்டிக்கொண்டு, ஏகப்பட்ட ஆர்ப்பாட்டம்.

அதோடு நிறுத்தாமல், அவள் உடனடியாக இளைய ஆன்டிஃபோலஸிடம் ஓடினாள், அவனைத் தன்னுடைய கணவன் என்று நினைத்துக்கொண்டு, அவன் உடனடியாகச் சாப்பிடவரவேண்டும் என்று பிடிவாதம் பிடித்து, வீட்டுக்கு அழைத்துச்சென்றாள்.

இந்த நேரத்தில் மூத்த ஆன்டிஃபோலஸ் தன் வீட்டுக்குத் திரும்ப, அவன் எத்தனை தூரம் கதவைத் தட்டியும், கூப்பாடு போட்டும் கதவு திறக்கப்படவில்லை. ஏனெனில், தங்கள் முதலாளி ஆன்டிஃபோலஸ் ஏற்கெனவே வீட்டுக்குள் சென்றுவிட்டார் என்று வீட்டு வேலைக்காரர்கள் நினைத்துக்கொண்டிருந்தார்கள். ஆனால், அவர்கள் உண்மையில் பார்த்தது, இளைய ஆன்டிஃபோலஸைதான்!

அன்று நாள்முழுதும், ஊரில் இப்படி ஏகப்பட்ட குழப்பங்கள், இளைய ஆன்டிஃபோலஸ் செய்த தவறுக்கு மூத்த ஆன்டிஃபோலஸ் சிறைபடுவதும், அவனுடைய கோபத்துக்கு இவன் அனுபவிப்பதுமாக கலாட்டா. என்ன நடக்கிறது என்று யாருக்கும் புரியவில்லை.

இந்தக் குழப்பத்தில் இளைய ஆன்டிஃபோலஸ் என்னென்னவோ

உளறிக்கொட்ட, அவனுக்குப் பைத்தியம் பிடித்துவிட்டதாக முடிவுகட்டுகிறாள் அட்ரினியா. ஆகவே, அவனை வீட்டுக்குள்ளேயே கட்டிப்போட்டுவிடுகிறாள்.

அதேசமயம், இன்னொரு ஆன்டிஃபோலஸ் அங்கே வர, கட்டிப்போட்டவன்தான் தப்பித்துவிட்டானோ என்று அவனுக்குப்பின்னே ஓடுகிறாள் அட்ரினியா.

இப்படி ஏகப்பட்ட குழப்பங்களுக்குப்பின், ஒருவழியாக விஷயம் தெளிவாகிறது. ஏஜியனின் தண்டனை ரத்து செய்யப்படுகிறது. அப்பாவும் மகன்களும் டிரோமியாக்களும் ஒன்றுசேர்கிறார்கள். அதே நேரத்தில், பல ஆண்டுகளுக்குமுன் ஏற்பட்ட கடல் கொந்தளிப்பில் காணாமல்போன அவர்களுடைய அம்மாவும் கிடைத்துவிடுகிறாள்.

3

A Midsummer Night's Dream

ஏதென்ஸ் நகரில் ஒரு காதல் ஜோடி - ஹெர்மியா & லைசாண்டர் - இவர்கள் இருவரும் ஒருவரையொருவர் தீவிரமாக நேசித்துவந்தார்கள்.

ஆனால், ஹெர்மியாவின் அப்பா ஈஜியஸுக்கு, அவள் லைசாண்டரைத் திருமணம் செய்துகொள்வதில் விருப்பமில்லை. மாறாக, டெமெட்ரியஸ் என்ற இன்னொரு இளைஞனைத்தான் அவள் மணந்துகொள்ளவேண்டும் என்று கட்டாயப்படுத்தினார் அவர்.

அந்தக் காலத்தில், ஏதென்ஸில் ஒரு விநோதமான சட்டம் இருந்தது. அதன்படி, எந்தப் பெண்ணும், தன்னுடைய அப்பா சொல்லும் மாப்பிள்ளையைத்தான் கல்யாணம் செய்துகொள்ளவேண்டும். மறுத்தால், அந்தப் பெண்ணுக்கு மரண தண்டனைதான்.

இந்தச் சட்டத்தைப் பயன்படுத்தி, தன் மகளை மிரட்டி, எப்படியாவது அவள் டெமெட்ரியஸைத் திருமணம்

செய்துகொள்ளச் செய்துவிடலாம் என்று திட்டமிட்டார் ஈஜியஸ்.

ஆனால், டெமெட்ரியஸை மணக்கமுடியாது என்று ஹெர்மியா உறுதியாக இருந்தாள். அதற்கு முதல் காரணம், அவள் லைசாண்டரை நேசித்ததுதான். இரண்டாவது உபகாரணம், ஹெர்மியாவின் சிநேகிதி ஹெலெனா டெமெட்ரியஸைக் காதலித்தாள்.

இந்தக் காரணங்களெல்லாம் ஈஜியஸிடம் கொஞ்சமும் செல்லவில்லை. 'நீ டெமெட்ரியஸைத்தான் மணந்தாகவேண்டும். இல்லையென்றால், மரணதண்டனை', என்று மிரட்டினார் அவர்.

இதிலிருந்து தப்பிப்பதற்காக, ஹெர்மியாவும் லைசாண்டரும் அந்த ஊரை விட்டே சென்றுவிடுவதாகத் தீர்மானித்தார்கள், 'இன்று இரவு, ஊருக்கு வெளியே உள்ள காட்டுப்பகுதிக்கு வந்துவிடு, அங்கிருந்து, நாம் வேறு ஊருக்குப் போய் நமது வாழ்க்கையைத் தொடங்கலாம்', என்றான் லைசாண்டர்.

இப்படி ஹெர்மியாவும் லைசாண்டரும் சந்திப்பதாகத் திட்டமிட்டிருந்த அந்தக் காட்டுப்பகுதி, ராத்திரி வேளைகளில் சில மாய சக்திகள் அடிக்கடி உலாவுகிற இடம். இந்த விஷயம் அந்தக் காதலர்களுக்குத் தெரியாது.

அன்று இரவு, அந்த மாய சக்திகளின் அரசனுக்கும் அரசிக்கும் இடையே ஓர் ஊடல். ஆகவே, அரசியிடம் ஒரு வேடிக்கை செய்வதற்கு ஏற்பாடுகளை நடத்திக்கொண்டிருந்தான் அரசன்.

இதற்காக, தன்னுடைய உதவியாளனை அனுப்பி, ஒரு மந்திரப் பூவின் தேனைப் பிழிந்து எடுக்கச்செய்தான் அரசன். அந்தச் சாறை யாருடைய கண்ணிலாவது ஊற்றிவிட்டால், அவர்கள் தூங்கி எழுந்ததும், யாரை முதலில் பார்க்கிறார்களோ, அவர்கள்மீது காதல்வயப்பட்டுவிடுவார்கள்.

இந்தச் சாறைத் தன் மனைவியின் கண்ணில் ஊற்றி

விளையாடுவதற்குதான் அரசன் திட்டமிட்டிருந்தான். ஆனால், அதற்குமுன்னால், அங்கே வந்திருந்த ஹெலெனாவும் டெமெட்ரியஸூம் அவன் கண்ணில் பட்டார்கள்.

டெமெட்ரியஸை ஹெலெனா உளமார நேசித்தாள். ஆனால், அவனுக்கோ அவள்மீது கொஞ்சமும் விருப்பம் இல்லை. அவன் ஹெர்மியாவை மணக்கவே விரும்பினான். இதனால், ஹெலெனா தன் காதலை அவனிடம் சொல்வதும், அவன் அதை மறுத்துப் பேசுவதுமாக விவாதம் தொடர்ந்துகொண்டிருந்தது, கடைசியில் ஹெலெனாவை அங்கேயே விட்டுவிட்டு, டெமெட்ரியஸ் தன் வழியில் போய்விட்டான்.

இதைப் பார்த்துக்கொண்டிருந்த அரசனுக்கு, ஹெலெனாவின்மீது பரிதாபம் வந்தது. அவளுடைய உண்மையான காதலை நிறைவேற்றவேண்டும் என்று எண்ணி, தன் உதவியாளனை அழைத்தான், ‘அங்கே ஓர் ஆசாமி இருக்கிறான், அவன் கண்ணில் இந்தச் சாறை ஊற்றிவிடு’, என்றான். அதன்படி, டெமெட்ரியஸ் கண்விழித்ததும், ஹெலெனாவைப் பார்த்து, அவள்மீது காதல் கொள்வான் என்பது அவனுடைய திட்டம்.

ஆனால், அந்த உதவியாளனுக்கு, டெமெட்ரியஸை அடையாளம் தெரியவில்லை. தவறுதலாக, லைசாண்டரின் கண்ணில் அந்தச் சாறை ஊற்றிவிட்டான்.

அதைவிட பெரிய பிரச்னை, லைசாண்டர் கண்விழித்ததும், அவன் கண்ணில் முதலில் பட்டவள் ஹெர்மியா இல்லை, ஹெலெனாதான். ஆகவே, ஹெர்மியாவின்மீதான தன் பழைய காதலை மறந்து, ஹெலெனாவின்மீது பித்துப்பிடித்துக்கொண்டது அவனுக்கு.

இந்தத் தவறுதலைத் தெரிந்துகொண்ட மாய அரசன், டெமெட்ரியஸின் கண்ணிலும் அந்தச் சாறைக் கொஞ்சம் ஊற்றிவைத்தான். ஆகவே, அவனும் ஹெலெனாவின்மீது (திடீர்க்) காதல் கொண்டு, அவள் பின்னே சுற்றித் திரிந்தான்.

இப்படி இரண்டு ஆண்களும் ஹெலெனாவைக் காதல்

மொழிகளால் மூழ்கடிக்க, அவளுக்கு ஒன்றும் புரியவில்லை. எல்லோரும் சேர்ந்துகொண்டு, தன்னைக் கிண்டலடிக்கிறார்கள் என்று நினைத்துக்கொண்ட அந்த அப்பாவிப் பெண், இதற்கெல்லாம் ஹெர்மியாதான் காரணம் என்று நினைத்துக்கொண்டு, அவளைத் திட்டித் தீர்த்தாள்.

ஹெர்மியாவுக்கும் இங்கே நடப்பது எதுவுமே புரியவில்லைதான். ஆனால், ஒரு விஷயம்மட்டும் அவளுக்குத் தெளிவாகப் புரிந்தது - அவளுடைய காதலன் லைசாண்டர், இப்போது ஹெலெனாவைக் காதலிக்கிறான்.

இந்த அதிர்ச்சியை அவளால் தாங்கமுடியவில்லை. 'நீதான் திட்டமிட்டு என் காதலனைப் பிடுங்கிக்கொண்டுவிட்டாய்', என்று ஹெலெனாவைத் திட்டினாள் அவள்.

இப்படி எல்லாம் குழப்பமாகிக்கொண்டிருந்ததை அறிந்த அரசன், தன்னுடைய தவறைத் தானே திருத்துவதாக முடிவுசெய்தான். முன்பு ஊற்றிய காதல் சாறுக்கு நேர் எதிரான ஒரு சாறைத் தயார் செய்து, அதை லைசாண்டரின் கண்களில் ஊற்றினான்.

இதனால், லைசாண்டரின் 'திடீர்'க் காதல் மறைந்து, பழையபடி அவன் ஹெர்மியாவை நேசிக்கத் தொடங்கினான். ஹெலெனா விரும்பியபடி, டெமெட்ரியஸும் அவளுக்குக் கிடைத்துவிட்டான்.

அதே நேரத்தில், காணாமல்போன தமது மகள் ஹெர்மியாவைத் தேடிக்கொண்டு அங்கே வந்த ஈஜியஸ், நடந்த விஷயங்களைக் கேட்டறிந்தார். டெமெட்ரியஸ் இப்போது ஹெலெனாவை மணக்க விரும்புவதால், ஹெர்மியா - லைசாண்டர் திருமணத்துக்குச் சம்மதித்தார் ஈஜியஸ்.

இப்படியாக, நிஜத்துக்கும் கனவுக்கும் இடையே ஊசலாடிய பெரும் குழப்பத்துக்குப்பின், இரண்டு காதல்களும் நிறைவேறின.

4

Romeo and Juliet

ஜூலியட்டை முதன்முறையாகப் பார்த்தபோதே, அவள்மீது காதல் கொண்டுவிட்டான் ரோமியோ.

அவளுக்கும் அவன்மீது நேசம் பிறந்திருந்தது. இதை அவளுடைய வார்த்தையிலேயே கேட்டுத் தெரிந்துகொண்டான் ரோமியோ.

ஆனால், அவர்கள் இருவரும் ஒன்றாகச் சேரமுடியாதபடி, ஒரு பெரிய பிரச்னை - ரோமியோவின் குடும்பமும், ஜூலியட்டின் குடும்பமும் பரம விரோதிகள். இந்தக் குடும்பத்தின் மூச்சுக் காற்றுகூட அந்தக் குடும்பத்தின்மீது விழக்கூடாது என்ற அளவுக்கு, ஒருவரையொருவர் முறைத்துக்கொண்டிருந்தார்கள். இதனால், ஊரில் எப்பப்பார் சண்டை, கலாட்டா, கலவரம், அடிதடி, வெட்டு குத்து.

இப்படியொரு நிலைமையில்தான், இந்தப் பகைக் குடும்பங்களைச் சேர்ந்த ரோமியோவும் ஜூலியட்டும் காதலித்தார்கள். ரகசியமாக மணந்துகொள்வதாக முடிவுசெய்தார்கள்.

அவர்களுக்குத் திருமணம் செய்துவைத்தவர், உள்ளூர்ப் பாதிரியாரான லாரன்ஸ். ரோமியோ, ஜுலியட் இருவரின் குடும்பங்களுக்கும் நெருங்கிய நண்பரான அவர், இந்தத் திருமணத்தின்மூலம், இந்த இரு குடும்பங்களுக்கு இடையிலான பகை மறைந்து, நேசம் பிறக்கும் என்று நினைத்துதான், இந்த ரகசியத் திருமணத்துக்கு ஒப்புக்கொண்டார்.

ஆனால், அவருடைய எதிர்பார்ப்புக்கு நேர் எதிராக ஒரு கலாட்டா, அன்று மதியமே உண்டாகிவிட்டது. ஜுலியட் குடும்பத்தைச் சேர்ந்த ஒருவன், ரோமியோவின் நண்பர்களை வம்புக்கிழுக்க, அதில் தலையிட்டுச் சமாதானம் செய்ய முயன்றான் ரோமியோ. ஆனால், அவர்கள் அதைக் கேட்காமல் தொடர்ந்து சண்டையிட்டு, ரோமியோவின் சிநேகிதன் ஒருவனைக் கொன்றுவிட்டார்கள்.

இதனால் கோபம் அடைந்த ரோமியோ, தன் மனைவியின் உறவினன் என்றும் பார்க்காமல், அவர்களோடு தீவிரமாகச் சண்டையிட்டான், அந்தச் சண்டையின் இறுதியில், ஜுலியட் குடும்பத்தைச் சேர்ந்த ஒருவனைக் கொன்றுவிட்டான் ரோமியோ.

இந்தக் குற்றத்துக்காக, உடனடியாக அவன்மீது விசாரணை நடைபெற்றது. விசாரணையின் முடிவில், ரோமியோவின் கொலைக்குற்றம் நிரூபிக்கப்பட்டு, அவனை நகரிலிருந்து தள்ளிவைக்கும்படி உத்தரவிடப்பட்டது.

இதைக் கேட்டதும், ஜுலியட்டுக்கு இரட்டை வேதனை. ஒருபக்கம், தன்னுடைய உறவுக்காரன் ஒருவனைப் பறிகொடுத்த துக்கம், இன்னொரு பக்கம், இப்போதுதான் கணவனான ரோமியோவை நிரந்தரமாகப் பிரிகிற வருத்தம்.

அன்று இரவு ரோமியோவும் ஜுலியட்டும் சந்தித்துப் பேசினார்கள். ‘பாதிரியார் லாரன்ஸ் யோசனைப்படி, கொஞ்சநாள் நிதானமாகக் காத்திருப்போம்’, என்று அவளுக்கு ஆறுதல் சொன்னான் ரோமியோ, ‘நீ கவலைப்படாதே ஜுலியட்,

உரிய சந்தர்ப்பத்தில், அவரே நம்முடைய திருமணத்தைப்பற்றி இந்த ஊருக்கு எடுத்துச்சொல்லி, நம்மைச் சேர்த்துவைப்பார்!'

மறுநாள் அதிகாலை, பிரிய மனமில்லாமல் அவளைப் பிரிந்து சென்றான் ரோமியோ.

கணவனைப் பிரிந்த சோகத்தில் ஜூலியட் தவித்திருக்க, அவளுக்குத் திருமண ஏற்பாடுகளைச் செய்தார் அவளுடைய அப்பா.

இதில் ஜூலியட்டுக்குக் கொஞ்சமும் விருப்பமில்லை. ஆனால், அவளுடைய மறுப்புகள் எவையும், அவளுடைய அப்பாவிடம் செல்லவில்லை. கண்டிப்பாக இந்தத் திருமணம் நடைபெறும் என்று சொல்லி, கல்யாணத்துக்கு நாளும் குறித்துவிட்டார் அவர்.

செய்வதறியாது, பாதிரியார் லாரன்ஸிடம் ஓடினாள் ஜூலியட், 'ரோமியோவைத் தவிர, வேறு யாரையும் என்னால் கணவராக நினைக்கமுடியாது. இந்தச் சங்கடத்திலிருந்து எப்படியாவது என்னைக் காப்பாற்றுங்கள்', என்று கெஞ்சினாள்.

அவளுடைய அன்பின் ஆழத்தைப் புரிந்துகொண்ட பாதிரியார் லாரன்ஸ், அவளையும் ரோமியோவையும் சேர்த்துவைப்பதற்கு ஒரு நல்ல யோசனை சொன்னார்.

அதாவது, பாதிரியார் லாரன்ஸ் ஜூலியட்டுக்கு ஒரு மருந்து கொடுப்பார். அவள் அதைக் குடித்ததும், இறந்ததுபோல் துவண்டு விழுந்துவிடுவாள். ஆனால், உண்மையில் அவள் இறப்பதில்லை. அது ஓர் ஆழ்ந்த மயக்க நிலைதான். சில மணி நேரங்களுக்குப்பின் அவள் பழையபடி விழித்துவிடுவது நிச்சயம்.

ஆனால், இந்த விஷயம் ஜூலியட்டின் பெற்றோருக்குத் தெரியாது. ஆகவே, அவர்கள் ஜூலியட் இறந்துவிட்டதாக நினைத்து, அவளுக்கு இறுதிச் சடங்குகள் செய்வார்கள். இதற்குள், பாதிரியார் லாரன்ஸ் ரோமியோவை

வரவழைத்து, சவப்பெட்டியிலிருந்து ஜூலியட்டை வெளியே கொண்டுவந்துவிடுவார் - இந்த யோசனையை ஜூலியட்டிடம் விவரித்து, அவளுக்கு ஒரு மருந்து டப்பாவையும் வழங்கினார் பாதிரியார் லாரன்ஸ்.

இப்படி இறந்ததுபோல் நடிப்பதை நினைக்கும்போது ஜூலியட்டுக்கு பயம்தான். என்றாலும், ரோமியோவுடன் இணைவதற்காக, எந்தச் சிரமமானாலும் தாங்கிக்கொள்வதாகத் தீர்மானித்தாள் அவள். மருந்தை கடகடவென்று குடித்துவிட்டாள்.

மறுநாள், தரையில் சுருண்டு விழுந்து கிடக்கும் ஜூலியட்டைப் பார்த்த அவளது குடும்பத்தினர், அவள் இறந்துவிட்டதாக நினைத்தார்கள். திருமண வீடு சவக்கோலம் பூண்டது. சாகாத ஜூலியட்டிற்கு இறுதிச் சடங்குகள் நடத்தப்பட்டு, சவப்பெட்டியில் அடக்கம் செய்யப்பட்டாள்.

இதற்குள் பாதிரியார் லாரன்ஸ் இந்தத் தகவல்களையெல்லாம் ரோமியோவுக்குச் சொல்லியனுப்பினார். ஆனால், அந்தத் தூதுவன் கொஞ்சம் தாமதமாகச் சென்றதால், அவன் ரோமியோவைச் சந்திப்பதற்குள், ஜூலியட் இறந்த செய்தி அவனுக்குச் சென்றுவிட்டது.

இதைக் கேட்டு திடுக்கிட்ட ரோமியோ, நிஜமாகவே அவள் இறந்துவிட்டாள் என்று நினைத்துக்கொண்டான். கடைசிமுறையாகத் தன் மனைவி ஜூலியட்டை ஒருமுறை பார்த்துவிட்டு, தானும் இறந்துவிடுவதாக முடிவு செய்து, கொடிய விஷம் வாங்கிக்கொண்டு கிளம்பினான்.

ஜூலியட்டின் இறுதிச் சடங்குகள் நடந்த இடத்துக்குச் சென்ற ரோமியோ, சவப்பெட்டியைத் திறந்து, அவளுடைய பிணத்தைப் பார்த்துக் கதறினான், ‘நீயே போனபின் நான்மட்டும் ஏன் வாழவேண்டும்?’, என்றபடி விஷத்தை விழுங்கினான். உடனடியாகச் சுருண்டு விழுந்து இறந்துபோனான் ரோமியோ.

அதே நேரத்தில், பாதிரியார் கொடுத்த மருந்தின் தாக்கம்

குறைந்து ஜுலியட் எழுந்துவிட்டாள். ஆனால், தன்னருகே இறந்து கிடக்கும் கணவனைப் பார்த்ததும், கதறிய அவள், தானும் தற்கொலை செய்துகொண்டுவிட்டாள்.

இந்த விவரங்களை அறிந்துகொண்ட இரு குடும்பத்தினரும், தங்கள் பிள்ளைகளின் மரணத்துக்காக அழுதார்கள். அவர்களுடைய நினைவில் ஒன்றுகூடினார்கள். ரோமியோ - ஜுலியட் காதலர்களின் தியாகத்தால், அதன்பின் அவர்களிடையே பகை என்பதே இல்லை.

5

The Merchant of Venice

வெனிஸ் நகரில் ஷைலக் என்று ஒரு வட்டிக்கடைக்காரன் இருந்தான். நெஞ்சில் கொஞ்சமும் இரக்கமில்லாத அவன், கஷ்டத்தில் உள்ள வியாபாரிகளுக்கு அநியாய வட்டிக்குக் கடன் கொடுத்தே நன்கு சம்பாதித்துவிட்டான்.

ஷைலக்குக்கு நேர் எதிராக குணமுடைய ஆன்டனியா என்பவனும் அதே நகரில் வாழ்ந்துவந்தான். அவனும் ஒரு வியாபாரிதான். ஆனால், அவ்வப்போது சக வியாபாரிகளுக்குக் கடன் கொடுத்து உதவுவான். ஆனால், இதற்காக அவன் வட்டி எதுவும் பெற்றுக்கொள்வதில்லை.

இதனால், ஷைலக்கின் தொழில் கடுமையாக பாதிக்கப்பட்டது. ஆகவே, அவர்கள் இருவருக்கும் இடையே பயங்கரமான விரோதம் நிலவியது.

ஆன்டனியாவுக்கு பஸானயோ என்று ஒரு நண்பன் இருந்தான். ஓரளவு நல்ல பணக்காரக் குடும்பத்தில் பிறந்த அவன், தற்போது அத்தனை வசதியாக இல்லை. எல்லாப் பணத்தையும் செலவழித்துத் தீர்த்துவிட்டு, அன்றாடச் செலவுகளுக்குக்கூட நண்பனின் உதவியை எதிர்பார்த்திருந்தான் பஸானயோ.

இந்த நிலைமையில், பஸானயோவுக்குத் தனது இழந்த செல்வங்கள், வசதிகளைத் திரும்பப் பெறுவதற்கு ஒரு நல்ல யோசனை தோன்றியது - ஒரு பணக்காரப் பெண்ணாகப் பார்த்துத் திருமணம் செய்துகொண்டுவிட்டால், பிறகு அவளுடைய சொத்துகளை உரிமையாகப் பெற்று வசதியாக வாழலாமே!

இப்படியொரு யோசனையோடு தமது நண்பன் ஆன்டனியாவை அணுகினான் பஸானயோ. இதற்காகத் தனக்குக் கொஞ்சம் பணம் தேவைப்படுவதாகச் சொல்லி, வழக்கம்போல் அவனை உதவக் கேட்டான்.

அப்போது, ஆன்டனியாவிடம் அந்த அளவு பணம் இல்லை. அவனுக்குச் சொந்தமான சில கப்பல்கள் இன்னும் வரவேண்டியிருந்தது. ஆகவே, இப்போதைக்கு ஷைலக்கிடமிருந்து கடன் வாங்கித்தருவதாகச் சொன்னான் அவன்.

அவர்கள் இருவரும் ஷைலக்கிடம் சென்றபோது, அவன் இவர்களை வரவேற்று, தந்திரமாகப் பேசினான், 'எனக்கு ஆன்டனியாவின் நட்புதான் முக்கியம். ஆகவே, அந்த நட்பின் அடையாளமாக, நான் இந்தப் பணத்தைத் தருகிறேன். இதற்காக, நீங்கள் எனக்கு வட்டிகூட தரவேண்டியதில்லை!'

ஆனால், வட்டிக்குப் பதிலாக, அவர்கள் ஒரு விசித்திரமான ஒப்பந்தத்தில் கையெழுத்திடவேண்டும் என்றான் ஷைலக், 'உரிய நாளில் பணத்தைத் திருப்பித் தராவிட்டால், ஆன்டனியாவின் உடம்பிலிருந்து நான் ஒரு பவுண்ட் சதையை வெட்டி எடுத்துக்கொள்வேன். இதற்கு நீங்கள் ஒப்புக்கொண்டால்தான் என்னால் கடன் தரமுடியும்.'

இதுபோன்ற சூழ்ச்சியில் ஆன்டனியா மாட்டிக்கொள்ளக்கூடாது என்று எண்ணிய பஸானயோ, 'நமக்கு இவனுடைய பணம் வேண்டாம்', என்றான். ஆனால், ஆன்டனியா அவனுடைய பேச்சைக் கேட்கவில்லை, 'நீ கவலைப்படாதே நண்பா, சீக்கிரத்தில் என்னுடைய கப்பல்கள் வந்துவிடும். அதன்பிறகு

நாம் இந்தப் பணத்தைச் சுலபமாகத் திருப்பிவிடலாம்', என்றான் அவன்.

பணம் கைமாறியது. ஒப்பந்தம் கையெழுத்தானது.

ஆன்டனியாவிடமிருந்து பணத்தைப் பெற்றுக்கொண்ட பஸானயோ, நேராகத் தமது காதலி போர்ஷியா வீட்டுக்குச் சென்றான். அங்கே அவர்களுடைய திருமணம் நிச்சயமானது.

அப்போதுதான், அந்த அதிர்ச்சியளிக்கும் செய்தி அவர்களைத் தேடி வந்தது - ஆன்டனியாவின் கப்பல்கள் எல்லாம் கடலில் தொலைந்துவிட்டன. அதனால், அவனால் ஷைலக்கிடம் வாங்கிய கடனைத் திருப்பித் தரமுடியவில்லை. ஆகவே ஷைலக்கிடம் கையெழுத்திட்ட ஒப்பந்தப்படி, ஆன்டனியாவின் உயிருக்கு ஆபத்து!

இந்தச் செய்தியைக் கேட்டதும், சட்டென்று கிளம்பி வெனிசுக்கு விரைந்தான் பஸானயோ. அங்கே, அவனுடைய நண்பன் ஆன்டனியா ஏற்கெனவே கைது செய்யப்பட்டிருந்தான் - ஒப்பந்தத்தில் குறிப்பிடப்பட்டிருந்த கெடு கடந்துவிட்டதால், இதுபோன்ற சந்தர்ப்பத்துக்காகவே காத்திருந்த ஷைலக், ஆன்டனியாவைப் பழிதீர்த்துக்கொள்ளத் தயாராகிவிட்டான்.

போர்ஷியாவை மணந்துகொண்ட பஸானயோ, இப்போது பெரும் பணக்காரன். ஆகவே, முன்பு கடனாகப் பெற்றதைப்போலப் பல மடங்கு தொகையை ஷைலக்கிடம் கொடுத்து, தமது நண்பனை விடுவித்துவிடும்படி பஸானயோ கெஞ்சினான். ஆனால், ஷைலக் பிடிவாதமாகப் பணம் பெற்றுக்கொள்ள மறுத்துவிட்டான். எப்படியாவது ஆன்டனியாவைக் கொன்றுவிடவேண்டும் என்பதே அவனுடைய திட்டம். 'என் நண்பன் ஆன்டனியாவின் உயிருக்கு நானே எமனாகிவிட்டேனே', என்று கவலையில் ஆழ்ந்தான் பஸானயோ.

போர்ஷியாவுக்கு, தன்னுடைய கணவன் இப்படி சோகமயமாகத் திரிவது வருத்தமாக இருந்தது. எப்படியாவது ஆன்டனியாவைக் காப்பாற்றி, பஸானயோவின் முகத்தில் சிரிப்பை மீட்கவேண்டும் என்று முடிவுசெய்தாள் அவள்.

இதற்காக, ஒரு வழக்கறிஞரைப்போல் வேடமிட்டுக்கொண்டு, ஆன்டனியாவின் வழக்கில் கலந்துகொண்டு வாதாடினாள் அவள்.

கையில் கத்தியுடன் ஆன்டனியாவைக் கொல்வதற்குத் தயாராக இருந்தான் ஷைலக். பஸானயோ எத்தனை கெஞ்சியும், அவன் பணம் பெற்றுக்கொள்ள மறுத்தான்.

ஆகவே, அவனுடைய வழியிலேயே சென்று அவனை மடக்கினாள் போர்ஷியா, 'ஒப்பந்தத்தில் குறித்துள்ளபடி, நீங்கள் ஆன்டனியா உடம்பிலிருந்து ஒரு பவுண்டு சதையைமட்டும் எடுத்துக்கொள்ளலாம். ஆனால், ஒப்பந்தப்படி, ஒரு சொட்டு ரத்தம்கூட சிந்தக்கூடாது. அதற்கு உங்களுக்கு உரிமை இல்லை.'

இதைக் கேட்டு திகைத்துப்போனான் ஷைலக். ரத்தம் வெளியேறாமல் எப்படி ஒரு பவுண்டு சதையை வெட்டியெடுக்க முடியும்? அவன் தனது தோல்வியை ஒப்புக்கொண்டு, பணம் பெற்றுக்கொள்ளச் சம்மதித்தான்.

ஆனால், ஆன்டனியாமீது தவறாக வழக்குத் தொடர்ந்த குற்றத்துக்காக, ஷைலக்கின் சொத்து பறிமுதல் செய்யப்பட்டது. அதில் பாதி ஆன்டனியாவுக்கும், மீதி வெனிஸ் நகருக்கும் சொந்தமானது. (ஆனால், ஆன்டனியா தனது பங்கைப் பெற்றுக்கொள்ளாமல், அதை ஷைலக்கிற்கே திருப்பி வழங்கிவிட்டான்.)

அதன்பின், காணாமல்போன தனது கப்பல்கள் திரும்பக் கிடைத்துவிட்ட செய்தி கேட்டு ஆன்டனியாவுக்கு சந்தோஷம். தனக்காக இந்த ஆபத்தில் இறங்கிய ஆன்டனியா எந்தப் பிரச்னையும் இல்லாமல் விடுதலையானது, பஸானயோவுக்கு சந்தோஷம். வழக்கறிஞராக வேடமிட்ட போர்ஷியாவுக்கோ, தன் கணவனின் முகத்தில் மீண்டும் சிரிப்பைப் பார்த்த சந்தோஷம்!

6

Much Ado About Nothing

மெசினாவின் கவர்னர் லியோனடோ. அவருடைய மகள் ஹேரோ. அவளும் கவர்னரின் மற்றொரு உறவுக்காரப் பெண்ணான பெட்ரிஸும் நல்ல தோழிகள்.

கவர்னரைச் சந்திப்பதற்குப் பலவிதமான அதிகாரிகள், பிரமுகர்கள் வருவார்கள். அப்படி வருபவர்களை அவர் ஹேரோவுக்கும் பெட்ரிஸுக்கும் அறிமுகப்படுத்துவார். பெட்ரிஸ் எல்லோருடனும் கலகலப்பாக நன்கு கலந்து பேசிப் பழகுவாள். ஆனால், அவளோடு ஒப்பிடுகையில், ஹேரோ ரொம்ப அமைதியான பெண்.

இப்படி ஒருசமயம், டான் பெட்ரோ என்ற இளவரசரும் அவருடைய நண்பனான க்ளாடியோவும் பெனெடிக் என்ற வேறொரு பிரபுவும் மெசினாவுக்கு வந்திருந்தார்கள். வழக்கம்போல், பெட்ரிஸ் அவர்களோடு விளையாட்டாகப் பழக, ஹேரோ வேண்டிய அளவுமட்டும் பேசி, மீதி நேரத்தில் அமைதியாக அமர்ந்திருந்தாள்.

அவளுடைய அமைதியான அழகு, க்ளாடியோவைக் கவர்ந்தது. அவன் அவளைக் காதலிக்கத்தொடங்கிவிட்டான்.

அதேசமயம், பெனெடிக் மற்றும் பெட்ரிஸ் இடையே கடுமையான வாக்குவாதம், வம்புச் சண்டை நடைபெற்றது. பெட்ரிஸ் தன்னை அவமானப்படுத்துகிறாள் என்று பெனெடிக் நினைக்க, அவளும் அவனை விடாமல் சீண்டிக்கொண்டிருந்தாள்.

ஆனால், இந்த கலாட்டாக்களைப் பார்த்த இளவரசர் டான் பெட்ரோ, 'இவர்கள் இருவரும் பொருத்தமான ஜோடி. எப்படியாவது இவர்களுக்கிடையே காதலை உருவாக்கி, இவர்களுக்குத் திருமணம் செய்துவைக்கவேண்டும்', என்றார்.

இதனிடையே, க்ளாடியோ - ஹேரோ திருமணம் நிச்சயிக்கப்பட்டது. அதற்கு இன்னும் சிறிது காலம் இருந்ததால், இளவரசர், க்ளாடியோ, ஹேரோ எல்லோருமாகச் சேர்ந்து, பெட்ரிஸுக்கும் பெனெடிக்கிற்கும் காதலை உருவாக்க முயன்றார்கள்.

இதன்படி, பெட்ரிஸ் பெனெடிக்கைக் காதலிப்பதாக ஒரு செய்தியை, பெனெடிக்கின் காதில் விழும்படி இளவரசர் பேசினார். அதைக் கேட்டு, பெனெடிக் குழம்பி நின்றான் - ஒருவேளை, பெட்ரிஸ் தன்னை வம்புக்கிழுப்பதெல்லாம், காதலால் பிறந்த உரிமையால்தானோ என்று நினைக்கத்தொடங்கினான் அவன்.

அதேசமயம், ஹேரோவின் திட்டப்படி, பெட்ரிஸுக்குக் கேட்கும்படி, அவளும் இன்னொரு பெண்ணும் ஒரு ரகசியம் பேசினார்கள், 'பெனெடிக் பெட்ரிஸைக் காதலிக்கிறான்', என்று ஹேரோ சொல்ல, 'அப்படியா? நம்பமுடியவில்லையே!', என்று அந்தப் பெண் வியந்தாள். இதைக் கேட்டுக்கொண்டிருந்த பெட்ரிஸுக்கு, பயங்கர குழப்பம்.

பெனெடிக் - பெட்ரிஸ் இருவராலும், இந்தச் செய்தியை நம்பமுடியவில்லை. என்றாலும், அவர்கள் தங்களுக்குள் பேசிக்கொள்கிற ஒவ்வொரு வார்த்தைக்கும் ஒவ்வொரு

செயலுக்கும் அர்த்தம் காதலாகத்தான் இருக்குமோ என்று இருவருமே சந்தேகித்துக்கொண்டார்கள். இந்தக் குழப்பமே அவர்களுக்கிடையே அன்பை உருவாக்கியது.

இதனிடையே, இளவரசர் டான் பெட்ரோவின் சகோதரன் டான் ஜான் என்பவன், க்ளாடியோவின் திருமணச் செய்தி கேட்டு பொறாமை கொண்டான்.

ஏனெனில், அவனுக்கு இளவரசர் டான் பெட்ரோவைப் பிடிக்காது, அவருடைய தோழன் க்ளாடியோ என்பதால், அவனையும் பிடிக்காது. எப்படியாவது இந்தத் திருமணத்தை நிறுத்திவிடவேண்டும் என்று திட்டமிட்டான் அவன்.

இதற்காக, 'ஹேரோ நடத்தை கெட்டவள்', என்கிற ஒரு வதந்தியைத் திட்டமிட்டுப் பரப்பினான் அவன். போதாக்குறைக்கு, ஹேரோ நடுராத்திரியில் இன்னொரு ஆணிடம் பேசிக்கொண்டிருப்பதுபோன்ற ஒரு நாடகத்தை நடத்தி, அதை க்ளாடியோ நம்பும்படி செய்துவிட்டான்.

இதனால், நடக்கவேண்டிய திருமணம் நின்றுபோய்விட்டது. ஹேரோவைக் கண்டபடி இகழ்ந்து பேசிவிட்டு, க்ளடியோவும் இளவரசர் டான் பெட்ரோவும் அங்கிருந்து வெளியேறிவிட்டார்கள்.

தன்மீது வீசப்பட்டிருக்கும் இந்த அநியாயக் குற்றச்சாட்டுகளைக் கேட்டதும், ஹேரோ சுருண்டு விழுந்துவிட்டாள். அவளுடைய அப்பாகூட, ஹேரோமீது சந்தேகப்பட்டார். ஆனால், திருமணத்தை நடத்திவைப்பதாக இருந்த பாதிரியார், அவளை நம்பினார். இந்தப் பிரச்னையைச் சமாளிப்பதற்காக, ஹேரோ இறந்துவிட்டாள் என்று ஒரு பொய்ச் செய்தியைப் பரப்பும்படி ஆலோசனை சொன்னார் அவர். இதைக் கேள்விப்பட்டால், க்ளாடியோவின் அவசர புத்தி மாறலாம், தான் செய்துவிட்ட தவறைப்பற்றி அவன் சிந்திக்கலாம். அதன்மூலம், நின்றுபோன ஹேரோவின் திருமணம் மீண்டும் நடக்கிற வாய்ப்பு உண்டு.

இப்படி அவர் யோசனை சொல்லிக்கொண்டிருக்கையில்,

இத்தனை கலாட்டாவுக்கும் காரணம் க்ளாடியோதான் என்பதால், ஹேரோவின் தோழி பெட்ரிஸுக்கு, அவன்மீது பயங்கர கோபம், 'இதற்குத் தண்டனையாக, நீ க்ளாடியோவைக் கொல்லவேண்டும்', என்று பெனெடிக்கை வற்புறுத்தினாள் அவள்.

பெனெடிக்கிற்கும் இந்த விஷயத்தில் க்ளாடியோமீது கோபம்தான். என்றாலும், இதற்காகத் தமது நண்பனைக் கொல்வதில் அவனுக்குச் சம்மதமில்லை.

இதற்கிடையே, டான் ஜானின் திட்டப்படி, ஹேரோவின்மீது தவறான செய்திகளைப் பரப்ப உதவியவன் பிடிபட்டான். அவனிடம் விசாரித்தபோது, ஹேரோவின்மீது எந்தத் தவறும் இல்லை என்று தெரியவந்தது.

இந்த உண்மை தெரிந்ததும், அவசரபுத்தியால், தான் ஹேரோவுக்குச் செய்துவிட்ட அநியாயத்தை எண்ணி க்ளாடியோ வருந்தினான். ஹேரோவின் மரணத்துக்கு முழுப்பொறுப்பை ஏற்றுக்கொண்ட அவன், 'இந்தப் பாவத்திற்கு நீங்கள் எந்தத் தண்டனை கொடுத்தாலும் ஏற்கிறேன்', என்று லியோனடோவிடம் சொன்னான்.

'ஹெரோவின் உறவுக்காரப் பெண் ஒருத்தியை நீ மணந்துகொள்ளவேண்டும்', என்றார் லியொனடோ.

உடனடியாக அதற்குச் சம்மதம் தெரிவித்தான் க்ளாடியோ. அன்று இரவுமுழுதும் அவன் தூங்கவில்லை. ஹேரோவின் இழப்பை நினைத்து அழுதுகொண்டே இருந்தான்.

மறுநாள், தேவாலயத்தில் திருமண ஏற்பாடுகள் நடந்து கொண்டிருந்தபோதுதான், ஹேரோ இன்னும் உயிரோடுதான் இருக்கிறாள் என்ற சந்தோஷச் செய்தி அவனுக்குத் தெரிந்தது.

முன்பு தடைபட்ட திருமணத்துக்குப் பதிலாக, க்ளாடியோ - ஹேரோ, மற்றும் பெனெடிக் - பெட்ரிஸ் இரண்டு ஜோடிகளுக்கும் ஒரே நேரத்தில் திருமணம் நடைபெற்றது.

7

Julius Ceasar

ரோமின் ஆட்சியாளனாகும் ஜூலியஸ் சீஸருக்கு, மூன்று நண்பர்கள் / தளபதிகள் - காசியஸ், புரூட்டஸ் & ஆண்டனி.

இவர்களில், புரூட்டஸ் ஓரளவு நியாயமானவன். ஆனால், காசியஸுக்கு, சீஸரின் வளர்ச்சியைப் பார்த்துப் பொறாமை. இவர்களோடு அதிகம் வம்புக்குச் செல்லாத ஆண்டனி, சீஸருக்கு ரொம்ப விசுவாசமானவன்.

'சீஸர் அரசனாகக்கூடாது, மக்கள் அதை விரும்பமாட்டார்கள்', என்கிறான் காசியஸ். அவன் புரூட்டஸைப் புகழ்ந்து பேசியும்கூட, புரூட்டஸ் இதை நம்ப மறுக்கிறான். என்றாலும், அவன் மனத்தில் ஒரு சிறு சலனம் ஏற்படுகிறது. சீஸரோடு ஒப்பிடும்போது, நமக்கு என்ன குறைச்சல்? அவனும் நம்மைப்போன்றவன்தானே? அவன்மட்டும் அரசனாக, நாம் அவனுக்குக் கீழே பணிந்து வேலை செய்யவேண்டுமா?

இப்படி அவன் தயக்கத்தோடு யோசித்துக்கொண்டிருப்பதைத் தெரிந்துகொண்ட காசியஸ், புரூட்டஸின் மனதை மாற்றி,

அவனைத் தன்வழியில் கொண்டுவருவதற்கு ஒரு சூழ்ச்சி செய்கிறான்.

அதாவது, ரோம் நகரின் மக்கள் சிலர் எழுதுவதுபோல், புரூட்டஸுக்குக் கடிதங்கள் எழுதுகிறான் காசியஸ். அந்தக் கடிதங்களில், 'சீஸர் ராஜாவாக வரக்கூடாது', என்று எழுதப்பட்டிருக்கிறது. இதுபோன்ற கடிதங்களைத் தொடர்ந்து படிக்கும் புரூட்டஸ், சீஸரை ரோம் மக்கள் அரசனாக ஏற்கவில்லை என்று தவறாக முடிவுசெய்துவிடுகிறான்.

மக்களுக்குப் பிடிக்காத ஓர் அரசன் அவர்களை ஆள்வதில் அர்த்தமில்லை என்பது புரூட்டஸின் கட்சி. ஆகவே, காசியஸ் எதிர்பார்த்தபடி, புரூட்டஸும் சீஸரின் எதிர் கோஷ்டியில் சேர்ந்துவிடுகிறான்.

புரூட்டஸ் வீட்டில் ரகசியமாகக் கூடிப் பேசும் இந்தக் கும்பல், சீஸரைக் கொன்றுவிடவேண்டும் என்று முடிவுசெய்கிறது. கூடவே, ஆன்டனியையும் கொல்லவேண்டும் என்கிறான் காசியஸ். ஆனால் புரூட்டஸ் அதை ஏற்கவில்லை.

இதனிடையே, சீஸரின் மனைவிக்குப் பல கெட்ட கனவுகள் வருகின்றன. ஆகவே, அவள் அவனை வெளியே செல்லவேண்டாம் என்று தடுக்கிறாள். ஆனால், சீஸர் அதைக் கேட்காமல், நேராகக் கிளம்பி சபைக்கு வருகிறான்.

அங்கே, விசுவாசமான ஆன்டனியிடம் ஏதோ காரணம் சொல்லி அவனை வெளியே அனுப்பிவிட்டு, அவனுடைய எதிரிகள் காத்திருக்கிறார்கள். திட்டமிட்டபடி ஜூலியஸ் சீஸரைக் குத்திக் கொல்கிறார்கள்.

தன்னைக் கொடூரமாகக் கொல்லும் எதிரிகளின் பட்டியலில், தமது நண்பன் புரூட்டஸும் இருப்பதைப் பார்த்த சீஸரால், அந்த துரோகத்தைத் தாங்கிக்கொள்ளமுடியவில்லை, 'நீயுமா புரூட்டஸ்?', என்று கேட்டபடி கீழே சுருண்டு விழுந்து உயிரைவிடுகிறான் அவன்.

இந்த விஷயத்தைக் கேள்விப்பட்டதும், வேதனையில் துடிக்கிறான் ஆன்டனி. சீஸரைக் கொன்றவர்களைப் பழிவாங்குவேன் என்று சபதம் எடுக்கிறான்.

இதனிடையே, புரூட்டஸும் காசியஸும் இவர்களோடு சேர்ந்த மற்றவர்களும், 'ரோமின் நன்மைக்காகதான் நாங்கள் ஜூலியஸ் சீஸரைக் கொன்றோம்' என்று மக்களிடையே நியாயம் பேசிக்கொண்டிருக்கிறார்கள். அவர்கள்முன், ஜூலியஸ் சீஸரின் உயிலைப் பிரித்துப் படிக்கிறான் ஆன்டனி.

அந்த உயிலில், சீஸர் தனது சொத்து முழுவதையும் மக்களுக்காக எழுதிவைத்திருக்கிறான். அதைக் கேட்டதும், ஒரு நல்ல தலைவனை இழந்துவிட்டோம் என்று எண்ணி உணர்ச்சிவயப்பட்ட மக்கள் கூட்டம், புரூட்டஸையும் மற்றவர்களையும், 'துரோகிகள்' என்று திட்டி, அடித்து விரட்டுகிறது.

இப்போதைக்கு ஊரைவிட்டு ஓடினாலும், புரூட்டஸ், காசியஸ் கூட்டத்தினர் சும்மா இருக்கமாட்டார்கள் என்று எண்ணினான் ஆன்டனி. தவிர, அவர்களைப் பழிவாங்கவேண்டும் என்று அவனுடைய ரத்தம் கொதித்துக்கொண்டிருந்தது.

ஆகவே, ஜூலியஸ் சீஸரின் தத்துப் பிள்ளை ஆக்டாவியஸ் சீஸர், ஆன்டனி மற்றும் லெபிடஸ் ஆகிய மூவரும் படை சேர்ந்து, சீஸரின் எதிரிகளைத் தாக்குகிறார்கள்.

அந்தப் போரில், சீஸரைக் கொன்றவர்கள் எல்லோருமே உயிரிழக்கிறார்கள். கடைசியாக, 'இனிமேல் சீஸரின் ஆவி நிம்மதியாக உறங்கும்', என்றபடி மரணமடைகிறான் புரூட்டஸ்.

அதன்பின், ஆக்டாவியஸ், ஆன்டனி, லெபிடஸ் மூவரும், ரோமின் ஆட்சியாளர்களானார்கள்.

8

As you like it

அந்தக் கால ஃப்ரான்ஸில், ஒரு பிரபு இருந்தார். ஆனால், மற்ற பிரபுக்களைப்போல அவர் ஆட்சியில் இல்லை, காட்டில் ஒளிந்து வாழ்ந்துகொண்டிருந்தார். ஏனெனில், அவருடைய தம்பி, பிரபுப் பதவியைப் பிடுங்கிக்கொண்டு, அவரைக் காட்டுக்கு விரட்டிவிட்டான்.

இதன்மூலம், ஆட்சி தம்பியின் கைக்கு மாறிவிட்டாலும், அந்த ஊரிலிருந்த மக்களின் ஆதரவெல்லாம், அவனுடைய அண்ணனுக்குதான் இருந்தது. ஏனெனில், அந்தப் பிரபு, நிஜமாகவே நல்லவர். தம்பியின் சூழ்ச்சியால், ஆட்சியை அவர் இழந்துவிட்டபோது, அவருடைய ஆதரவாளர்கள் பலரும் அவரோடு காட்டுக்குச் சென்றுவிட்டார்கள்.

காட்டில் அவர்களுக்குக் கடினமான வாழ்க்கைதான். என்றாலும், அயோக்கியன் ஒருவனோடு அரண்மனையில் வாழ்வதைவிட, இந்த நல்லவரோடு காட்டில் வாழலாம் என்று அவர்கள் நினைத்தார்கள்.

அண்ணனைக் காட்டுக்கு அனுப்பிய தம்பி ஃப்ரெடரிக், அவருடைய மகள் ரோஸலினைமட்டும் அரண்மனையைவிட்டு

விரட்டவில்லை. ஏனெனில், ஃப்ரெடரிக்கின் மகள் சிலியாவின் தோழி அவள். ஆகவே, சிலியாவுக்குத் துணையாக அவள் இங்கேயே இருந்துவிட்டுப்போகட்டும் என்று விட்டுவிட்டான் அவன்.

சிலியாவும் ரோஸலினும் நல்ல தோழிகள். அவர்களுடைய அப்பாக்களுக்கிடையே இருந்த பகை, அவர்களைக் கொஞ்சமும் பாதிக்கவில்லை. ஒருவருக்கொருவர் அன்பாகவும் ஆதரவாகவும் அவர்கள் இருந்தார்கள்.

அப்போது ஒருநாள், அற்புதமாக மல்யுத்தம் செய்த ஒரு வீரனைப் பார்த்து, அவன்மீது காதல் கொண்டாள் ரோஸலின்.

ஆர்லண்டோ என்ற அந்த வீரனுடைய அப்பா, முன்னாள் பிரபுவின் ஆதரவாளர்களில் ஒருவர். இந்த விஷயத்தைத் தெரிந்துகொண்ட இன்னாள் பிரபு ஃப்ரெடரிக், கோபம் கொண்டான்.

அவனுடைய கோபம், ரோஸலின்மீது திரும்பியது, அவள் உடனடியாக இந்த நாட்டைவிட்டு வெளியேறவேண்டும் என்று உத்தரவிட்டான் அவன். இந்தக் கட்டளையை சிலியா மறுத்துப் பேசியும், அவன் மனம் இரங்கவில்லை.

ஆகவே, வேறுவழியில்லாமல் அரண்மனையிலிருந்து வெளியேறினாள் ரோஸலின். கூடவே, அவளுக்குத் துணையாக, சிலியாவும் வெளியேறிவிட்டாள். காட்டில் வசிக்கும் ரோஸலினின் அப்பாவைத் தேடி அவர்கள் கிளம்பினார்கள்.

‘ஆர்டென்’ என்று அழைக்கப்பட்ட அந்தக் காடு, வெகுதொலைவில் இருந்தது. ஆகவே, இந்த நீண்ட பயணத்தின்போது, தங்களுக்கு எதுவும் பிரச்னை வரக்கூடாது என்பதற்காக, ரோஸலினும் சிலியாவும் மாறுவேடத்தில் சென்றார்கள். ரோஸலின் ஓர் ஆணைப்போல் வேடம் அணிந்துகொண்டாள். அவளுடைய புதுப்பெயர் கனிமெட். அவனுடைய தங்கையாக வேடம் அணிந்த சிலியாவின் புதுப்பெயர் ஏலினா.

இப்படியாக, கனிமெடும் ஏலினாவும் ஆர்டென் காடுகளை நோக்கிப் பயணம் சென்றார்கள். அங்கே சென்றதும், காட்டு எல்லையில் இருந்த ஒரு வீட்டை விலைக்கு வாங்கிக் குடியேறினார்கள்.

இதேசமயத்தில், ரோஸலினின் காதலன் ஆர்லண்டோவும் அந்தக் காட்டுப்பகுதிக்கு வந்திருந்தான். ஏனெனில், அவனுடைய சகோதரன் ஆலிவர், அவன்மீது பொறாமை கொண்டு, அவனைக் கொல்லத் திட்டமிட்டிருந்தான். இதைத் தெரிந்துகொண்ட ஆர்லண்டோ, அண்ணனிடமிருந்து தப்பி, ஆர்டென் காட்டுக்கு ஓடிவந்திருந்தான். அங்கே, முன்னாள் பிரபுவின் பாதுகாப்பில் இருந்தான் அவன்.

ஆர்லண்டோவும் தன்னை நேசிக்கிறான் என்று தெரிந்துகொண்ட ரோஸலின், ஆண் வேடத்தில் அவனைச் சீண்டி விளையாடினாள். ஆனால், ஆர்லண்டோ, தன்னுடைய புது நண்பனிடம் (?), ரோஸலின்மீது தான் கொண்டிருந்த காதலைத் தொடர்ந்து வெளிப்படுத்திக்கொண்டிருந்தான் - அந்த நண்பன்தான் ரோஸலின் என்று தெரியாமலே.

இந்த நிலைமையில் ஒருநாள், ஆர்லண்டோவின் அண்ணன் ஆலிவர் ஆர்டென் காட்டுக்கு வந்தான், அவனை ஒரு சிங்கம் தாக்க முயன்றது, அதிலிருந்து அவனைக் காப்பாற்றினான் ஆர்லண்டோ.

இதைப் பார்த்ததும், ஆலிவருக்குத் தன்மீதே மிகுந்த வெட்கமாகிவிட்டது, 'நான் உன்னைக் கொல்ல முயன்றேன், ஆனால், நீயோ என்னை இந்தப் பெரிய ஆபத்திலிருந்து காப்பாற்றியிருக்கிறாய். என்னை மன்னித்துவிடு', என்று ஆர்லண்டோவிடம் கதறினான் அவன். சகோதரர்கள் இருவரும் இணைந்தார்கள்.

சிங்கத்துடன் போரிட்டபோது, ஆர்லண்டோவுக்குக் காயம் பட்டிருந்தது. அதை கனிமெட் மற்றும் ஏலினாவிடம் சொல்வதற்காகச் சென்றான் ஆலிவர். அங்கே, ஏலினாவுக்கும்

அவனுக்கும் காதல் பூத்தது. சீக்கிரத்திலேயே, ஆலிவர் - ஏலினா திருமணம் நிச்சயிக்கப்பட்டது.

அப்போது, 'எனக்கும் ரோஸலினுக்கும் அதே நாளில் திருமணம் நடக்கக்கூடாதா?', என்று ஏக்கத்தோடு கனிமெடிடம் சொன்னான் ஆர்லண்டோ.

'கவலைப்படாதே, உன் ஆசை நிறைவேறும்', என்றான் கனிமெட், 'நான் உன்னுடைய ரோஸலினை இங்கே கொண்டுவருகிறேன். நீ திருமணத்துக்கான ஏற்பாடுகளைச் செய்!'

கனிமெட் சொல்வதை ஆர்லண்டோவால் கொஞ்சமும் நம்பமுடியவில்லை. என்றாலும், 'எனக்கு மாயதந்திரங்கள் தெரியும்', என்று அவன்(?) சொன்னதால், அவன் எப்படியும் ரோஸலினை இங்கே அழைத்துவந்துவிடுவான் என்று நம்பி, இரட்டைத் திருமணத்துக்கான ஏற்பாடுகளைத் தொடங்கினான் அவன்.

திருமண தினத்தன்று, கனிமெட் வேஷத்தைக் கலைத்துவிட்டு, தன்னுடைய நிஜமான தோற்றத்தில் வந்தாள் ரோஸலின். ஆர்லண்டோ உள்பட எல்லோரும், இது மாயமா, மந்திரமா என்று வியந்து பார்த்தார்கள்.

காட்டில் இருந்த ரோஸலினின் தந்தையும் ஆர்லண்டோவின் திருமணத்தைப் பார்க்க வந்திருந்தார். ஆகவே, அப்பா ஆசியுடன், ரோஸலினின் திருமணமும் ஏலினா(சிலியா)வின் திருமணமும் ஒரே நேரத்தில் நடைபெற்றது.

அதே சமயத்தில், ஒரு துறவியின் அறிவுரைப்படி மனம் திருந்திய ஃப்ரெடரிக், தன்னுடைய அண்ணனுக்குச் செய்த துரோகத்தை நினைத்து வருந்தி, ஆட்சிப் பொறுப்பை அவருக்கே திருப்பிக் கொடுத்தான்.

இப்போது, ரோஸலின் ராஜகுமாரியாகிவிட, பழையபடி அவளும் சிலியாவும் இனிய தோழிகளாகத் தங்கள் காதலர்களோடு வாழ்ந்தார்கள்.

9

Hamlet

டென்மார்க்கின் அரசன் திடீரென்று மரணமடைந்தபோது, எல்லோருடைய சந்தேகமும், ராஜாவின் சகோதரன் க்ளாடிஸ்மீதுதான் விழுந்தது.

அரச பதவிக்கு ஆசைப்பட்டு, க்ளாடிஸ்தான் அரசனைக் கொன்றிருக்கவேண்டும் என்று மக்கள் பேசிக் கொண்டிருக்கையில், இறந்துபோன ராஜாவின் மனைவி, க்ளாடிஸை மணந்துகொண்டாள். ஆகவே, க்ளாடிஸ் முறைப்படி டென்மார்க்கின் அரசனாகிவிட்டான்.

அடுத்தடுத்து நிகழ்ந்துவிட்ட இந்தச் சம்பவங்களெல்லாம், இறந்த அரசரின் மகன் ஹாம்லெட்டைதான் மிகவும் பாதித்தது.

தனக்கு அரச பதவி கிடைக்கவில்லையே என்பதுகூட அவனுக்கு வருத்தமாக இல்லை. அவன் மிகவும் நேசித்த அப்பாவின் மறைவுதான், ஹாம்லெட்டை மிகவும் வருந்தச்செய்தது. நிஜமாகவே தன்னுடைய தந்தை கொல்லப்பட்டாரா? அந்தக் கொலைக்கு யார் காரணம்? அம்மாவுக்கும் இந்தக் கொலையில்

பங்கு உண்டா - இப்படி விடை தெரியாத பல கேள்விகளோடு போராடினான் ஹாம்லெட்.

அப்போது, தினந்தோறும் நள்ளிரவு பன்னிரண்டு மணிக்கு, அரண்மனையின் ஒரு குறிப்பிட்ட இடத்தில், இறந்த அரசரின் ஆவி தோன்றுவதாக ஒரு வதந்தி பரவியது. போர் உடையில் தோன்றும் அந்த ஆவி, யாரிடமும் பேசுவதில்லையாம்.

இதைக் கேள்விப்பட்ட ஹாம்லெட், எப்படியாவது தன் அப்பாவின் ஆவியிடம் பேசியாகவேண்டும் என்று முடிவுசெய்தான். ஆகவே, அன்று இரவு அவனே அந்த இடத்தில் காத்திருந்தான்.

அவன் எதிர்பார்த்ததுபோலவே, இறந்த அரசரின் ஆவி தோன்றியது. ஹாம்லெட்டைமட்டும் ஒரு தனி இடத்துக்கு அழைத்துச் சென்று, தன்னுடைய மரணத்திற்குப் பின்னாலிருக்கும் சதியை விளக்கியது.

'நான் தோட்டத்தில் தூங்கிக்கொண்டிருந்தபோது, என்னை விஷம் வைத்துக் கொன்றது க்ளாடிஸ்தான்', என்று நேரடியாகச் சொன்ன அந்த ஆவி, 'எனக்காக நீ க்ளாடிஸைப் பழிவாங்கவேண்டும்', என்று ஹாம்லெட்டிடம் உறுதி பெற்றுக்கொண்டது.

இந்த விஷயத்தை ஏற்கெனவே ஊகித்திருந்த ஹாம்லெட், உடனடியாக க்ளாடிஸைக் கொல்லத் துடித்தான். என்றாலும், இந்தக் கொலையைச் செய்தது க்ளாடிஸ்தான் என்று உறுதி செய்துகொள்வதற்காக, அவன் ஒரு தந்திரம் செய்தான்.

இதற்காக, தனக்குத் தெரிந்த ஒரு நாடகக் குழுவை அணுகினான் ஹாம்லெட். அவர்களிடம் பேசி, யாரோ ஓர் அரசன் தோட்டத்தில் தூங்கிக்கொண்டிருக்கும்போது, விஷம் வைத்துக் கொல்லப்படுவதாகக் கதை அமைத்து, அந்தக் காட்சியை நன்கு விரிவாக விவரிக்கும்படியாக ஒரு நாடகம் எழுதச்செய்தான். பிறகு, அந்த நாடகத்தின் அரங்கேற்றத்துக்கு இப்போதைய அரசன் க்ளாடிஸை அழைத்தான்.

ஒருவேளை க்ளாடிஸ் தமது சகோதரருக்கு விஷம் வைத்திருந்தால், அதை நாடக மேடையில் பார்க்கும்போது, அவனுடைய மனத்தில் குற்றவுணர்ச்சி உறுத்தும் என்பதுதான் ஹாம்லெட்டின் திட்டம். இதை வைத்து, அவன்தான் நிஜமான கொலைகாரனா என்று கண்டுபிடித்துவிடத் தீர்மானித்திருந்தான் அவன்.

ஹாம்லெட் எதிர்பார்த்ததைப்போலவே, அந்தக் குறிப்பிட்ட காட்சியில் க்ளாடிஸின் முகம் மாறியது. தன் இருக்கையில் தர்மசங்கடமாக நெளிந்த அவன், அதற்குப்பின் நாடகத்தைப் பார்க்கப் பிடிக்காமல், பாதியிலேயே வெளியேறிவிட்டான்.

இதைப் பார்த்ததும், ஹாம்லெட்டின் சந்தேகம் உறுதியாகிவிட்டது. எப்படியாவது க்ளாடிஸைக் கொல்லவேண்டும் என்று திட்டங்களைத் தீட்ட ஆரம்பித்தான் அவன்.

இதனிடையே, எதிர்பாராதவிதமாக ஹாம்லெட் ஒருவரைக் கொன்றுவிட, அவனை நாடு கடத்தும்படி உத்தரவிட்டான் க்ளாடிஸ். ஹாம்லெட்டை இங்கிலாந்துக்கு அழைத்துச்சென்று, அங்கே அவனைக் கொன்றுவிடுவதாக க்ளாடிஸின் திட்டம்.

ஆனால், ஹாம்லெட் சென்ற கப்பல், கொள்ளையர்களால் தாக்கப்பட்டது. அவர்களை எதிர்த்துப் போராடி, சிறைபட்டான் ஹாம்லெட்.

அந்தக் கொள்ளையர்கள், ஹாம்லெட் டென்மார்க்கின் இளவரசன் என்று தெரிந்துகொண்டார்கள். ஆகவே, அவனைக் கொல்லாமல், மறுபடி டென்மார்க்கிற்கே திருப்பிக் கொண்டுவந்துவிட்டார்கள்.

இதைக் கேள்விப்பட்ட ராஜா க்ளாடிஸ், ஹாம்லெட்டைக் கொல்வதற்கு இன்னொரு சதித் திட்டத்தை முயன்றான் - ஹாம்லெட்டுக்கும் லியார்டெஸ் என்பவனுக்கும் இடையே ஒரு கத்திச் சண்டைக்கு ஏற்பாடு செய்தான்.

இந்தச் சண்டையின்போது, ஹாம்லெட்டின் கத்தி, சாதாரணக் கத்திதான். ஆனால், அவனை எதிர்த்துப் போட்டியிட்ட

லியார்டெஸின் கத்தியில்மட்டும் விஷம் தடவப்பட்டிருந்தது. இது தெரியாத ஹாம்லெட், அவனோடு சண்டையில் இறங்க, திட்டப்படி லியார்டெஸ் அவனுடைய உடம்பில் தன்னுடைய வாளைத் தீற்றினான், விஷம் ஹாம்லெட்டின் உடலில் பரவியது.

ஆனால், சிறிது நேரத்துக்குள், கத்தி கை மாறி, ஹாம்லெட்டும் லியார்டெஸைக் குத்தி வீழ்த்திவிட்டான், லியார்டெஸ் உடலிலும் இப்போது விஷம்.

தான் சாகப்போகிறோம் என்று தெரிந்துகொண்ட லியார்டெஸ், ஹாம்லெட்டிடம் மன்னிப்பு கேட்டு, நடந்த உண்மைகளையெல்லாம் சொல்லிவிட்டான், 'இன்னும் கொஞ்ச நேரத்தில் நாம் இருவருமே சாகப்போகிறோம் ஹாம்லெட்', என்ற அவன், ராஜா க்ளாடிஸ் அமர்ந்திருந்த மேடையைச் சுட்டிக்காட்டி, 'இதற்கெல்லாம் காரணம், இந்த அரசன் க்ளாடிஸ்தான்', என்றான்.

இதைக் கேட்டதும், ஹாம்லெட்டுக்குத் தன் அப்பாவுக்குச் செய்துகொடுத்த சத்தியம் நினைவுக்கு வந்தது. சட்டென்று, அரசனின் மேடைமீது குதித்து, அவன் நெஞ்சில் விஷ வாளைப் பாய்ச்சினான் ஹாம்லெட்.

சிறிது நேரத்தில் ஹாம்லெட்டும் மரணமடைந்தான். வீரம் மிக்க தங்கள் இளவரசனின் மரணத்தை எண்ணிக் கண்ணீர் வடித்தது டென்மார்க்.

10

Twelfth Night

செபாஸ்டியனும் வயோலாவும் இரட்டையர்கள். ஒன்றாகப் பிறந்த இந்த இருவரும், ஒரே நேரத்தில் உயிரை இழக்கக்கூடிய ஓர் ஆபத்து வந்தது.

அவர்கள் இருவரும் பயணம் செய்த கப்பல், கொடுமையான ஒரு விபத்தைச் சந்தித்தது. ஆகவே, செபாஸ்டியனும் வயோலாவும் ஆளுக்கு ஒரு திசையில் கடலுக்குள் எறியப்பட்டார்கள்.

அந்தக் கப்பலின் கேப்டன், வயோலாவைக் காப்பாற்றிவிட்டான். ஆனால், அவள் தன்னுடைய உயிர்தப்பிய சந்தோஷத்தைவிட, தன் சகோதரனுக்கு என்ன ஆனதோ என்கிற கவலையில்தான் இருந்தாள்.

வயோலாவைக் காப்பாற்றிய கேப்டன், செபாஸ்டியனும் தப்பியிருப்பான் என்று அவளைச் சமாதானப்படுத்தினான். பின்னர், அவர்கள் கரையேறியிருந்த ஊரைப்பற்றி அவளிடம் சொன்னான்.

அந்த ஊரை ஆண்டுகொண்டிருந்தவன் பெயர் ஆர்சினோ. அவன் ஒலிவியா என்ற பெண்ணைக் காதலித்துக்கொண்டிருந்தான். ஆனால் அவளோ, ஆர்சினோவின் காதலை ஏற்கவில்லை.

போதாக்குறைக்கு, சமீபத்தில்தான் ஒலிவியாவின் சகோதரன் இறந்திருந்தான். ஆகவே, அந்தத் துக்கத்தில் மூழ்கிய ஒலிவியா, யாரையும் சந்திக்கமாட்டேன் என்று பிடிவாதமான தனிமையில் அழுதுகொண்டிருந்தாள்.

இந்த விவரங்களைக் கேட்டதும், ஒலிவியாவை நேரில் சந்திக்க விரும்பினாள் வயோலா. ஆனால், அவள் யாரையும் சந்திப்பதில்லை என்று தெரியவந்தது. மேலும், இப்படி ஒரு புதிய ஊரில், தனியே ஓர் இளம் பெண் வாழ்வது பாதுகாப்பு இல்லை என்பதால், ஆண் வேடம் அணிந்துகொண்டாள் அவள்.

ஆண் வேடம் அணிந்ததும், வயோலாவைப் பார்ப்பதற்கு, அவளுடைய சகோதரன் செபாஸ்டியனைப்போலவே இருந்தாள். இப்போது அவளுடைய புதுப் பெயர், சிஸாரியோ!

வயோலாவுக்கு ஆண் வேடம் அணிவித்த கேப்டன், அவளை, அதாவது சிஸாரியோவை ஆர்சினோவுக்கு அறிமுகப்படுத்திவைத்தான். அங்கே அவனுக்கு வேலை கிடைத்தது. தனக்குத் தரப்பட்ட வேலைகளைச் சிறப்பாகச் செய்து, ஆர்சினோவிடம் நல்ல பெயர் வாங்கினான் சிஸாரியோ.

இதன்மூலம், ஆர்சினோவும் சிஸாரியோவும் முதலாளி - தொழிலாளி என்ற உறவைக் கடந்து, நல்ல தோழர்களாகிவிட்டார்கள். ஆர்சினோ தனது காதல் கதையை சிஸாரியோவிடம் சொன்னான். அதைக் கேட்கக் கேட்க, சிஸாரியோவுக்குள்ளிருந்த வயோலாவுக்கு, அவன்மீது காதல் பிறந்தது. ஒலிவியாமீது இத்தனை காதலை வைத்துக்கொண்டிருக்கிற இந்த ஆர்சினோ, தன்னைக் காதலிக்கமாட்டானா என்று ஏங்கினாள் வயோலா.

ஆனால், அவளுடைய விருப்பத்துக்கு நேரெதிராக, அவளையே ஒலிவியாவிடம் தூதாக அனுப்பினான் ஆர்சினோ.

பொதுவாக ஒலிவியா யாரையும் சந்திப்பதில்லை. ஆனால், சிஸாரியோவின் பிடிவாதத்தால், அவனைச் சந்திக்க ஒப்புக்கொண்டாள் அவள். அந்தச் சந்திப்பில், அவளுக்குக் காதல் பிறந்தது - ஆர்சினோமீது அல்ல, அவனுக்குத் தூதாக வந்திருக்கும் சிஸாரியோமீது!

இந்த விவரம் வயோலா / சிஸாரியோவுக்கும் தெரிந்தது. பெண்ணும் பெண்ணும் காதலிக்கிற அபத்தத்தைத் தவிர்ப்பதற்காக, ஒலிவியாவைவிட்டு விலகி ஓடினாள் வயோலா.

ஆனால், ஏற்கெனவே ஒலிவியாவைக் காதலித்து, ஏமாந்த இன்னொருவன், சிஸாரியோவைச் சண்டைக்கு அழைத்தான். கத்திச் சண்டை தெரியாத அந்தப் பெண், என்ன செய்வது என்று தெரியாமல், திகைத்துப்போய் நின்றாள்.

அப்போது, அன்டோனியா என்பவன் அங்கே வந்து, சிஸாரியோவைக் காப்பாற்றினான்.

யார் இந்த அன்டோனியா?

அவன் ஒரு கப்பலின் கேப்டன். கடலில் தத்தளித்துக்கொண்டிருந்த செபாஸ்டியனைக் காப்பாற்றியவன் அவன்தான். செபாஸ்டியனும் அன்டோனியாவும் சற்றுமுன்புதான் இந்த ஊருக்கு வந்திருந்தார்கள். அன்டோனியா தனது பணப் பையை செபாஸ்டியனிடம் கொடுத்து, ஊரைச் சுற்றிப் பார்ப்பதற்காக அனுப்பியிருந்தான். நெடுநேரமாகியும் செபாஸ்டியன் திரும்பாததால், அவனைத் தேடிக்கொண்டு வெளியே கிளம்பினான் அன்டோனியா.

அந்தச் சமயத்தில்தான், வயோலாவைக் கத்திச் சண்டைக்கு அழைத்தான் ஒருவன். ஆகவே, இப்போது ஆண் வேடத்தில் இருக்கும் வயோலாவை, செபாஸ்டியன் என்று நினைத்துக்கொண்டு, அவனுக்கு ஆதரவாகப் பேசினான் அன்டோனியா.

ஆனால், அடுத்த சில நிமிடங்களுக்குள், அவனுக்கே ஓர் ஆபத்து வந்துவிட்டது. அன்டோனியா முன்பு எப்போதோ செய்த ஒரு குற்றத்துக்காக, அவனைக் கைது செய்துவிட்டார்கள், 'செபாஸ்டியன், என்னைக் காப்பாற்று', என்று அவன் வயோலாவிடம் கேட்க, அவளோ, 'நீ யார் என்றே எனக்குத் தெரியாது', என்று சொல்லிவிட்டாள்.

'துரோகி, நான்தானே உன் உயிரைக் காப்பாற்றினேன். அதற்குள் மறந்துவிட்டாயா?', என்று அன்டோனியா கத்த, காவலர்கள் அவனை இழுத்துக்கொண்டு போனார்கள்.

அப்போதுதான், வயோலாவுக்கு எல்லாம் தெளிவானது. செபாஸ்டியன் சாகவில்லை என்று தெரிந்துகொண்டு சந்தோஷப்பட்டாள் அவள்.

அதே சமயத்தில், அவளுடைய சகோதரன் செபாஸ்டியனைச் சந்தித்தாள் ஒலிவியா. அவனை சிஸாரியோ என்று நினைத்துக்கொண்டு, அவளிடம் தன்னுடைய காதலைச் சொல்லி, திருமணத்துக்குச் சம்மதம் கேட்டாள் ஒலிவியா.

செபாஸ்டியனுக்கும் ஒலிவியாவைப் பிடித்திருந்தது. உடனடியாக அவர்கள் திருமணம் செய்துகொண்டார்கள். பின்னர், இந்த சந்தோஷ சமாசாரத்தை அன்டோனியாவிடம் சொல்வதற்காக வெளியே சென்றான் செபாஸ்டியன்.

அப்போது, ஆர்சினோவும் சிஸாரியோவும் அங்கே வந்தார்கள். சிஸாரியோவுக்கும், தனக்கும் திருமணம் நடந்துவிட்டது என்று ஒலிவியா சொல்ல, சிஸாரியோ அதை மறுக்க, அவன்மீது ஆர்சினோ கோபப்பட, ஏகப்பட்ட கலாட்டா.

இந்த நேரத்தில், செபாஸ்டியனும் அங்கே வந்தான். ஒரே தோற்றத்தில் இரண்டு சிஸாரியோக்களைப் பார்த்து எல்லோரும் ஆச்சரியப்பட்டார்கள். இவர்களில் யார் நிஜ சிஸாரியோ என்று பெரிய குழப்பம்.

கடைசியில், எல்லா விவரங்களும் தெளிவானது. ஒலிவியாவைத்

திருமணம் செய்துகொண்டது செபாஸ்டியன். அவனுடைய சகோதரி வயோலாதான், சிஸாரியோ வேடத்தில் வந்தது. அந்த சிஸாரியோவைக் காதலித்து, அவனைப்போலவே தோற்றமளிக்கும் செபாஸ்டியனை மணந்துகொண்டிருக்கிறாள் ஒலிவியா.

சிஸாரியோ ஆண் இல்லை, பெண்தான் என்று தெரிந்தபின், வயோலாவின் நிஜத் தோற்றத்தைப் பார்த்த ஆர்சினோவுக்கு, அதுவரை சிஸாரியோ வேஷத்தில் அவள் பேசிய பேச்சுகளெல்லாம் நினைவுக்கு வந்தன. அவள் தன்னைக் காதலிக்கிறாள் என்று புரிந்துகொண்ட அவன், ஒலிவியாவின் காதலை மறந்து, வயோலாவைத் திருமணம் செய்துகொள்வதற்கு மனப்பூர்வமாகச் சம்மதித்தான். உடனடியாக, அவர்களுடைய திருமணம் நடைபெற்றது.

11

All's Well That Ends Well

பிரான்ஸ் நாட்டிலிருந்த ரௌசிலன் என்ற பகுதியின் ஆட்சியாளர், திடீரென்று மரணமடைந்துவிட்டார். அவரை அடுத்து, அவருடைய மகன் பெர்ட்ராம் ஆட்சிக்கு வந்தான்.

பெர்ட்ராமின் அப்பாவை, பிரான்ஸ் அரசருக்கு ரொம்பப் பிடிக்கும். ஆகவே, அவருடைய மரணம்பற்றி அறிந்த ராஜா, அவருடைய மகனை அழைத்து, ஆறுதல் சொல்லவும், அவனுக்குத் தன்னுடைய ஆதரவைத் தெரிவிக்கவும் விரும்பினார்.

இந்தச் செய்தியை பெர்ட்ராமுக்குச் சொல்வதற்காக வந்த தூதுவர், வேறொரு சோகமான தகவலையும் தெரிவித்தார் - கடுமையான ஒரு நோய் ராஜாவைத் தாக்கியிருக்கிறதாம். அதை யாராலும் சரிசெய்யமுடியாது என்று அரச மருத்துவர்கள் கைவிரித்துவிட்டார்களாம்.

போகிறபோக்கில் இந்தச் செய்தியைச் சொல்லிவிட்டு, அந்தத் தூதுவர் பெர்ட்ராமை அழைத்துக்கொண்டு கிளம்பினார்.

பெர்ட்ராம் கிளம்பியதும், அவனுடைய அம்மாவுக்கு உதவியாகப் பணிபுரிந்துகொண்டிருந்த ஹெலெனா, வருத்தத்தில் ஆழ்ந்தாள். ஏனெனில், அவள் பெர்ட்ராமைக் காதலித்துக்கொண்டிருந்தாள். ஆனால், அவனுடைய அந்தஸ்துக்கும் தன்னுடைய நிலைமைக்கும் உள்ள இடைவெளியைக் கருத்தில் கொண்டு, தன்னுடைய காதலை அவள் வெளிப்படுத்தவில்லை.

என்றாலும், தினசரி தன் காதலன் பெர்ட்ராமைப் பார்க்கிற சந்தோஷமாவது ஹெலெனாவுக்கு இருந்தது. இப்போது மஹாராஜா புண்ணியத்தில், அதுவும் போயிற்று - இப்படி அவள் நினைத்து வருந்திக்கொண்டிருக்கையில், அவளுக்கு ஒரு யோசனை தோன்றியது.

ஹெலெனாவின் அப்பா, ஒரு பிரபல மருத்துவர். அவரிடமிருந்து சில மருத்துவ விஷயங்களைக் கற்றுக்கொண்டிருந்தாள் ஹெலெனா. அந்த மருந்துகளில் ஒன்று, இப்போது ராஜாவுக்கு வந்திருக்கிற வியாதியைக் குணப்படுத்தும் என்று எண்ணினாள் அவள்.

இந்த நம்பிக்கையோடு, அவள் தலைநகருக்குக் கிளம்பிச் சென்றாள். அங்கே, அவளுடைய அப்பா பெயரைக் கேட்டதும், அவளுடைய மருந்தின்மீது, எல்லோருக்கும் நம்பிக்கை பிறந்தது.

ஆனால், அவளுடைய மருந்தை ராஜாவுக்குக் கொடுப்பதானால், அதற்கு ஒரு நிபந்தனை விதிக்கப்பட்டது. மருந்து சாப்பிட்ட இரண்டு நாள்களுக்குள், ராஜாவுக்கு உடல்நிலை குணமாகவேண்டும். இல்லாவிட்டால், தவறான மருந்தைக் கொடுத்த குற்றத்துக்காக, ஹெலெனாவுக்கு மரண தண்டனை.

தன் அப்பாமீது இருந்த நம்பிக்கையால், இப்படியொரு ஆபத்தான நிபந்தனையை ஏற்றுக்கொண்டு, ராஜாவுக்கு அந்த மருந்தைக் கொடுத்தாள் ஹெலெனா. அடுத்த இரண்டு நாள்கள் முடிவதற்குள், ராஜா பழையபடி குணமாகிவிட்டார்.

கிட்டத்தட்ட மரணப் படுக்கையில் தள்ளப்பட்டிருந்த தன்னை, மீண்டும் உயிர்த்தெழவைத்துவிட்ட ஹெலெனாவின்மீது,

ராஜாவுக்குப் பாசம் பொங்கியது. தன்னுடைய அன்பின் அடையாளமாக, அவளுடைய திருமண விருப்பத்தைக் கேட்டார் ராஜா. அதாவது, ஹெலெனா யாரை விரும்பினாலும், அவரோடு அவளைச் சேர்த்துவைப்பதாக உறுதிசொல்லியிருந்தார் ராஜா.

இதற்காகவே காத்திருந்த ஹெலெனா, பெர்ட்ராமை மணக்கவிரும்புவதாகச் சொன்னாள்.

ஆனால், பெர்ட்ரெமிற்கு, அவளை மணப்பதில் விருப்பம் இல்லை. ஏனெனில், அவள் எளிய குடும்பத்தைச் சேர்ந்தவள் என்பதால், ஹெலெனாவின்மீது அவனுக்கு அன்போ, ஆர்வமோ இல்லை.

என்றாலும், அரச கட்டளையை மீறமுடியாத கட்டாயத்தால், வேறு வழியில்லாமல், ஹெலெனாவைத் திருமணம் செய்துகொண்டான் பெர்ட்ரெம். ஆனால், கல்யாணம் முடிந்த கையோடு, பிரான்ஸ் நாட்டைவிட்டே சென்றுவிட்டான் அவன்.

செல்லுமுன், ஹெலெனாவுக்கு ஒரு கடிதம் எழுதினான் பெர்ட்ரெம், 'என் கையிலிருக்கிற மோதிரம், உன் கைக்குக் கிடைத்தால்தான் நீ என் மனைவி. அதுவரை நான் பிரான்சுக்கு வரமாட்டேன்.'

இதைப் படித்ததும், ஹெலெனாவின் வானம் இடிந்து விழுந்துவிட்டது. எங்கோ சென்றுவிட்ட பெர்ட்ரெமின் மோதிரம், அவள் கைக்குக் கிடைப்பது எப்போது? அவள், பெர்ட்ரெமின் மனைவியாவது எப்போது?

காதலனை, கணவனைப் பிரிந்த சோகத்தில் செய்வதறியாது தவித்த ஹெலெனா, 'இனிமேல் என்னால் அவருக்குத் தொந்தரவு இருக்காது', என்று சொல்லிவிட்டு, புனித யாத்திரைக்குக் கிளம்பினாள்.

இதனிடையே, பெர்ட்ரெம் ஃப்ளோரன்ஸ் நகருக்குச் சென்று, அங்கே ஒரு படைப்பிரிவில் சேர்ந்து, வீரத்தோடு பணியாற்றிவந்தான். ஹெலெனா ஊரை விட்டே சென்றுவிட்ட

செய்தி அவனுக்குக் கிடைத்ததும், ‘தொல்லை விட்டது’, என்றபடி தன் ஊருக்குத் திரும்பிச் செல்வதாக முடிவுசெய்தான் அவன்.

ஆனால், அந்த ஊரில் இருந்த டயானா என்ற பெண்ணை பெர்ட்ராம் காதலித்துவந்தான். ஆகவே, மறுநாள் ஊருக்குச் செல்வதற்குமுன், அவளைச் சந்தித்துப் பேச முயன்றான் அவன்.

அதிர்ஷ்டவசமாக, அதே நேரத்தில்தான், புனிதப் பயணம் சென்ற ஹெலெனாவும் ஃப்ளோரன்ஸ் நகருக்குச் சென்றாள். அங்கேதான் தன் கணவன் இருக்கிறான் என்றும், அவன் டயானாவைக் காதலிக்கிறான், சந்திக்க முயல்கிறான் என்றும் தெரிந்துகொண்ட அவள், அவனை ஏமாற்றி, அந்த மோதிரத்தைப் பிடுங்க ஒரு திட்டம் தீட்டினாள்.

அன்று இரவு, பெர்ட்ரெம் டயானாவைச் சந்திக்க வந்தபோது, டயானாவுக்குப் பதிலாக, அவளுடைய அறையில் ஹெலெனாதான் இருந்தாள். அவனிடம் அன்பாகப் பேசிப் பழகி, அவனுடைய மோதிரத்தைத் தந்திரமாக வாங்கிக்கொண்டாள் அவள்.

இந்த விஷயம் தெரியாத பெர்ட்ரெம், டயானா தன்னைக் காதலிக்கிறாள் என்று நினைத்துக்கொண்டு, குஷியாகச் சொந்த ஊருக்குக் கிளம்ப, அங்கே அவனைப் பார்ப்பதற்கு பிரான்சு ராஜா வந்திருக்கிறார்.

ஹெலெனாவின்மீது மிகுந்த அன்பு கொண்ட ராஜாவின் முன்னிலையில், எல்லா உண்மைகளும் வெளிவருகிறது. ஏற்கெனவே, பெர்ட்ராம் எழுதிய கடிதப்படி, அவனிடம் இருந்த மோதிரம், இப்போது ஹெலெனாவிடம் இருப்பதைக் குறும்பாகச் சுட்டிக்காட்டுகிறாள் அவள்.

ஆகவே, முறைப்படியும் மனப்பூர்வமாகவும் ஹெலெனாவைத் தன் மனைவியாக ஏற்றுக்கொண்டான் பெர்ட்ரெம்.

12

Othello

வெனிஸ் நகரின் பணக்காரப் பிரபு ஒருவரின் மகளான டெஸ்டமெனோ, கறுப்பு வீரன் ஓதெல்லோவைக் காதலித்து மணந்துகொண்டாள்.

டெஸ்டமெனோவின் அப்பா இந்தத் திருமணத்தைக் கடுமையாக எதிர்த்தார். ஓதெல்லோ தன் மகளை ஏமாற்றிக் கல்யாணம் செய்துகொண்டுவிட்டான் என்று வழக்குத் தொடர்ந்தார் அவர். ஆனால், தீவிர விசாரணைக்குப்பின், ஓதெல்லோவுக்கு ஆதரவாகத் தீர்ப்பு வழங்கப்பட்டது.

ஓதெல்லோவும் டெஸ்டமெனோவும் தங்களின் சந்தோஷ வாழ்க்கையைத் தொடங்கியபோது, அவர்களுக்கு இடைஞ்சலாக ஒரு விஷயம் வந்தது - போர் வீரர்களின் பதவி உயர்வு தொடர்பான அரசியல், அவர்களுடைய வாழ்க்கையைப் பாதித்துவிட்டது.

காசியோ என்பவன், ஓதெல்லோவுக்கும் டெஸ்டமெனோவுக்கும் நெருங்கிய சிநேகிதன். அவனுக்குதான், ராணுவத்தில் பதவி உயர்வு கொடுத்தான் ஓதெல்லோ.

ஆனால், இந்த அறிவிப்பைக் கேட்டதும், காசியோவுக்கு முன்பிருந்தே ராணுவத்தில் பணிபுரிந்துவரும் இயாகோ என்பவனுக்குப் பொறாமையும் எரிச்சலும் உண்டானது. ஏனெனில், இந்தப் பதவிக்குத் தகுதியானவன் தான்தான் என்று அவன் நினைத்துக்கொண்டிருந்தான்.

ஆகவே, தனக்கு வரவேண்டிய பதவியைப் பிடுங்கிக்கொண்டுவிட்ட காசியோவின்மீதும், தனக்கு உரிய மரியாதையைக் கொடுக்காத ஓதெல்லோவின்மீதும் பயங்கரமான கோபம் கொண்டான் இயகோ. அவர்கள் இருவரையும் ஒரே நேரத்தில் பழிவாங்குவதற்கு ஒரு திட்டம் தீட்டினான்.

அதன்படி, ஒருநாள் காசியோவுக்கு ஏகப்பட்ட மதுவை ஊற்றிக்கொடுத்தான் இயாகோ. பின்னர், அவனுக்கு நன்கு போதையேறியபின், வலுக்கட்டாயமாக அவனை ஒரு வம்புச் சண்டைக்குள் நுழைத்துவிட்டான்.

இதனால், போர் வீரர்களிடையே லேசான கைகலப்பு ஏற்பட்டது. ஆனால், இயாகோ அந்தச் சிறிய விஷயத்தை, ஊதிப் பெரிதாக்கிவிட்டான். அதுபற்றி விசாரிப்பதற்காக வந்த ஓதெல்லோவிடம், காசியோவுக்கு ஆதரவாகப் பேசுவதுபோல் பாசாங்கு செய்து, பணி நேரத்தில் அவன் மது அருந்தியதை விளக்கமாக விவரித்தான் இயாகோ. இதனால், ஓதெல்லோவின் கோபம் அதிகரித்தது.

எல்லாம் ஒழுங்கோடும் கட்டுப்பாட்டோடும் நடக்கவேண்டும் என்று நினைக்கிற ஓதெல்லோவால், இந்தத் தவறை சகித்துக்கொள்ளமுடியவில்லை. ஆகவே, அவன் உடனடியாக காசியோவின் பதவி உயர்வை ரத்து செய்துவிட்டான்.

இயாகோவின் சதித் திட்டத்தின் முதல் கட்டம் வெற்றிகரமாக நிறைவேறிவிட்டது!

போதை தெளிந்தபின், நடந்ததையெல்லாம் கேள்விப்பட்ட காசியோ, அழுது புலம்பினான். 'இனிமேல் நான் எப்படி ஓதெல்லோவிடம் நல்ல பெயர் வாங்கமுடியும்?', என்று அவன்

வருந்த, மீண்டும் அவனுக்கு உதவுவதுபோல் குழிபறித்தான் இயாகோ.

'தன் மனைவி சொன்னால் ஓதெல்லோ கண்டிப்பாகக் கேட்பார், ஆகவே, அவருக்கு உன்மீது உள்ள கோபம் குறையவேண்டுமானால், நீ நேராக டெஸ்டமெனோவிடம் சென்று பேசு', என்று காசியோவுக்கு யோசனை சொன்னான் இயாகோ. அவன் சொல்வதில் உள்ள சூட்சுமம் புரியாமல், நேரடியாக டெஸ்டமெனோவைச் சந்திக்கச் சென்றான் காசியோ.

நடந்ததையெல்லாம் அறிந்துகொண்ட டெஸ்டமெனோ, கண்டிப்பாக காசியோவுக்கு ஆதரவாகப் பேசுவேன் என்று வாக்களித்தாள். அவளுக்கு நன்றி சொல்லிவிட்டு காசியோ புறப்பட்டபோது, அவன் டெஸ்டமெனோவின் அறையிலிருந்து வெளியேறுவதை ஓதெல்லோ பார்த்துவிட்டான்.

அப்போது ஓதெல்லோவுடன் இருந்த இயாகோ, அவன் மனத்தில் தவறான ஒரு சந்தேகத்தை விதைக்க முயன்றான்.

டெஸ்டமெனோவை மிகவும் பிரியமாக நேசித்த ஓதெல்லோவுக்கு, அவள்மீது எந்தச் சந்தேகமும் இல்லை, என்றாலும், தந்திரமாகவும் புத்திசாலித்தனமான வாதங்களுடனும் தொடர்ந்து பேசி, காசியோவுக்கும் டெஸ்டமெனோவுக்கும் ரகசியத் தொடர்பு இருக்கிறது என்று ஓதெல்லோவை நம்பச் செய்துவிட்டான் அவன்.

போதாக்குறைக்கு, அப்போது ஓதெல்லோவைச் சந்தித்த டெஸ்டமெனோவும் காசியோவை ஆதரித்துப் பேசினாள், அவன் செய்தது அப்படியொன்றும் பெரிய தவறு இல்லை. ஆகவே, அவனுக்கு மீண்டும் பதவி உயர்வு தரவேண்டும் என்று வாதிட்டாள் அவள். இதனால் ஓதெல்லோவின் குழப்பம் மேலும் அதிகரித்தது. இவளுக்கு ஏன் காசியோமீது அவ்வளவு அக்கறை? தன் மனைவி தனக்கு துரோகம் செய்கிறாளா, இல்லையா என்றெல்லாம் நிச்சயமாகத் தீர்மானிக்கமுடியாமல் திணறினான்.

ஓதெல்லோவின் இந்தக் குழப்பத்தைத் தெரிந்துகொண்ட இயாகோ, இன்னொரு தந்திரம் செய்தான். ஓதெல்லோ டெஸ்டமெனோவுக்குப் பரிசாக அளித்த ஒரு கைக்குட்டையைத் திருடி, காசியோ செல்லும் வழியில் போட்டுவிட்டான் அவன். இந்த விஷயம் தெரியாத காசியோ, அந்தக் கைக்குட்டையை எடுத்துத் தன்னோடு வைத்திருக்க, அதைச் சுட்டிக்காட்டி, 'டெஸ்டமெனோதான் இதை காசியோவுக்குப் பரிசாகக் கொடுத்திருக்கிறாள்', என்று பொய் மூட்டினான் இயாகோ.

ஏற்கெனவே சந்தேகப் பேயின் வலையில் சிக்கியிருந்த ஓதெல்லோ, இந்தப் பொய்யைச் சுலபமாக நம்பிவிட்டான். தன் மனைவி தனக்கு துரோகம் செய்கிறாள் என்று நிச்சயமாகத் தீர்மானித்த அவன், இந்தத் தவறுக்குத் தண்டனையாக, அவளைக் கொன்றுவிடுவதாக முடிவுசெய்தான்.

ஓதெல்லோ டெஸ்டமெனோவின் அறைக்குச் சென்றபோது, அவள் தூங்கிக்கொண்டிருந்தாள். அப்படியே அவளை அழுத்திக் கொன்றுவிட்டான் ஓதெல்லொ.

அதேசமயம், அலறியபடி அங்கே ஓடிவந்தான் காசியோ, அவன் உடம்பெல்லாம் காயம். அவனைக் கொல்வதற்கு, இயாகோதான் ஆள் அனுப்பியிருந்தான். எப்படியோ அந்தத் தாக்குதலில் இருந்து தப்பிவிட்ட காசியோ, அந்த அடியாளின் சட்டைப் பையில், சில முக்கியமான கடிதங்களைக் கண்டுபிடித்திருந்தான்.

அந்தக் கடிதங்களைப் படித்தபின், காசியோ - டெஸ்டமெனோ இருவருமே நிரபராதிகள், நடந்ததெல்லாம் இயாகோவின் சூழ்ச்சிதான் என்னும் உண்மைகள் ஓதெல்லோவுக்குத் தாமதமாகப் புரிந்தது.

அநியாயமாகத் தன்னுடைய காதல் மனைவியின்மீது சந்தேகப்பட்டு, அவளைக் கொன்றுவிட்டோமே என்று வருந்திய ஓதெல்லோ, தன் தவறுக்கு தண்டனையாக, தன்னுடைய வாளின்மீது விழுந்து தற்கொலை செய்துகொண்டான்.

13

King Lear

பிரிட்டன் அரசன் லியருக்கு, மூன்று மகள்கள் - மூத்தவள் பெயர் கொனெரில், அடுத்து, ரீகன். மூன்றாவதாக, கடைக்குட்டி கார்டிலியா.

லியரின் முதல் இரண்டு மகள்களுக்கும் திருமணமாகிவிட்டது. மூன்றாவது மகள் கார்டிலியாவுக்கும் கல்யாண வயதுதான். பர்கண்டி பிரபுவும் பிரான்ஸ் நாட்டு அரசனும் அவளை மணக்க விரும்பியிருந்தார்கள்.

ராஜா லியருக்கு ரொம்ப வயதாகிவிட்டது. ஆகவே, ஆட்சிப் பொறுப்பைத் தன்னுடைய மகள்கள், மருமகன்களிடம் கொடுத்துவிட்டு, நிம்மதியாக ஓய்வு எடுக்கலாம் என்று எண்ணினார் அவர்.

இதற்காக, தமது மகள்கள் மூன்று பேரையும் அழைத்துப் பேசினார் லியர். அவர்கள் தன்னை எந்த அளவு நேசிக்கிறார்கள் என்று தெரிந்துகொண்டு, அதன்படி அவர்களுக்குத் தன்னுடைய

தேசத்தைப் பிரித்துக்கொடுக்கலாம் என்பது அவருடைய எண்ணம்.

முதலாவதாக லியருடன் பேசியவள், அவருடைய மூத்த மகள் கொனெரில். 'எனக்கு எல்லாமே நீங்கள்தான் அப்பா. என் உயிரைவிட அதிகமாக, உங்கள்மீதுதான் பாசம் வைத்திருக்கிறேன்', என்றாள் அவள்.

இதைக் கேட்டதும், ராஜாவுக்கு ஒரே சந்தோஷம். உடனடியாக, தன் தேசத்தில் மூன்றில் ஒரு பங்கை அவளுக்குப் பிரித்துக்கொடுத்துவிட்டார்.

அடுத்து, அவருடைய இரண்டாவது மகள் ரீகன் வந்தாள். அவளும் தன் அக்காவைப்போலவே அரசனை மிகையாகப் புகழ்ந்து பேச, அவளுக்கும் மூன்றில் ஒரு பங்கு நாடு கிடைத்தது.

கடைசியாக, கார்டிலியாவை அழைத்தார் லியர். அதுவரை தமது சகோதரிகள் இருவரும் ராஜாவின்மீது அதீதமாக பாசம் வைத்திருப்பதைப்போல போலியாகப் பேசுவதைப் பார்த்துச் சலித்திருந்த கார்டிலியா, தன் அப்பாவிடம் எதையும் மிகைப்படுத்தாமல், உண்மையைமட்டும் பேசினாள், 'அப்பா, நானும் உங்கள்மீது நிறைய பாசம் வைத்திருக்கிறேன். ஆனால், அது எல்லா மகள்களுக்கும் தங்கள் அப்பாவிடம் இருப்பதைப்போன்ற இயல்பான அன்புதான். மிகையான அன்பு இல்லை!'

இப்படி அவள் வெளிப்படையாகப் பேசியதும், அவள்மீது கோபம் கொண்ட ராஜா, தன்னுடைய ராஜ்ஜியத்தில் மிச்சமிருந்த பகுதிகளையெல்லாம், தமது முதல் இரு மகள்களுக்குமே பிரித்துக்கொடுத்துவிட்டார், கார்டிலியாவுக்கு எந்தச் சொத்தோ, செல்வமோ கிடையாது என்று அறிவித்துவிட்டார்.

இதைக் கேட்டதும், அவளைத் திருமணம் செய்துகொள்ள எண்ணியிருந்த பர்கண்டி பிரபு, தன் ஊருக்கே திரும்பிச் சென்றுவிட்டான். ஆனால், பிரான்ஸ் அரசன், கார்டிலியாவுக்கு சொத்து, செல்வம் இல்லாவிட்டாலும், அவளுடைய நல்ல

குணங்களுக்காக, அவளைத் திருமணம் செய்து, தன்னோடு அழைத்துச் சென்றான்.

இப்போது, பிரிட்டன் அரசாங்கம் முழுவதும், லியரின் முதல் இரு மகள்களுக்குச் சொந்தம், ஆனால், ராஜா என்கிற பதவிமட்டும் லியரிடம் இருந்தது. ராஜ்ஜியத்தைத் தன் மகள்கள், மருமகன்கள் கவனித்துக்கொள்ள, தனக்கென்று சுமார் நூறு பணியாளர்களைமட்டும் வைத்துக்கொண்டு, முதல் மகள் கொனெரிலின் மாளிகையில் ஓய்வு எடுக்கலானார் லியர்.

சில நாள்களுக்குள், கொனெரிலின் சுயரூபம் தெரிந்துவிட்டது. அவளும் ராஜாவை மதிப்பதில்லை, அவளிடம் பணிபுரிகிறவர்கள்கூட ராஜாவின் கட்டளைகளைக் கேட்பதில்லை. போதாக்குறைக்கு, 'எந்த வேலையும் செய்யாமல் சும்மா உட்கார்ந்திருக்கிற உங்களுக்கு எதற்கு வெட்டியாக நூறு பணியாளர்கள்? அவர்களையெல்லாம் முதல்வேலையாக வீட்டுக்கு அனுப்புங்கள்', என்று கத்தினாள் கொனெரில்.

இதன்மூலம், அப்பாவின்மீது அதீதமாகப் பாசம் வைத்திருப்பதுபோல அவள் அப்போது பேசியதெல்லாம் சும்மா வெறும் நடிப்புதான் என்று புரிந்துகொண்டார் லியர். ஆகவே, 'என்னை மதிக்காத உன் வீட்டில் நான் தங்கமாட்டேன்', என்று சொல்லிவிட்டு, இரண்டாவது மகள் ரீகனின் மாளிகையை நோக்கி விரைந்தார். கூடவே அவருடைய நூறு பணியாளர்களும் அவரைத் தொடர்ந்து சென்றார்கள்.

ஆனால், ராஜா லியரும் மற்றவர்களும் அங்கே சென்று சேர்வதற்குள், கொனெரில் அங்கே சென்று, எல்லா விஷயங்களையும் ரீகனிடம் சொல்லிவிட்டாள். அவளும், அக்காவுடன் சேர்ந்துகொண்டு, லியரைத் திட்டித்தீர்த்தாள், 'உங்களுக்கு எதற்கு அநாவசியமாக நூறு பணியாளர்கள்? அவர்களை விரட்டிவிட்டு, அக்காவிடம் மன்னிப்பு கேளுங்கள், இல்லையென்றால் உங்களை வீட்டுக்குள் விடமாட்டேன்', என்று சொல்லிவிட்டாள் அவள்.

இந்தச் சம்பவத்தின்மூலம், தன்னுடைய இரு மகள்களுக்குமே, தன்மீது நிஜமான பாசம் இல்லை என்று புரிந்துகொண்ட ராஜா லியருக்கு, பைத்தியமே பிடித்துவிட்டது. இரண்டு மகள்களின் மாளிகைகளிலிருந்தும் விரட்டப்பட்டு, அந்தக் குளிர் இரவில், தங்க இடமில்லாமல் அலைந்தார் அவர்.

அப்போதுதான், தமது மூன்றாவது மகள் கார்டிலியாவை நினைத்து வருந்தினார் லியர். தன்னுடைய தவறுக்குச் சரியான பாடம் கிடைத்துவிட்டது என்று நினைத்துக்கொண்டு, கதறி அழுதார் அவர்.

லியரின் இந்தப் பரிதாப நிலைமை, கார்டிலியாவுக்குத் தெரிந்ததும், உடனடியாக, லியரைக் காப்பாற்றி, உரிய சிகிச்சைகள் செய்வதற்கான ஏற்பாடுகளைச் செய்தாள் அவள்.

சுயநினைவுக்குத் திரும்பிய லியர், 'என்னை மன்னித்துவிடு கார்டிலியா', என்று வருந்த, 'எனக்கு உங்கள்மீது எந்தக் கோபமும் இல்லை அப்பா', என்று சொல்லி அவரைத் தேற்றினாள் கார்டிலியா.

ஒருகாலத்தில் பிரிட்டன் சாம்ராஜ்யத்துக்கே மஹாராஜாவாக வாழ்ந்த லியரின் இப்போதைய நிலைமைக்குக் காரணமான தமது அக்காக்கள் இருவரையும் நினைத்துக் கோபம் கொண்டாள் கார்டிலியா. அவளுடைய கணவனான பிரான்ஸ் அரசனின் படையைக் கொண்டு, கொனெரில், ரீகன் இருவரின் அரசுகள்மீது படையெடுக்க ஏற்பாடு செய்தாள்.

இந்த சமயத்தில், ரீகனின் கணவன் மரணமடைந்துவிட்டான். ஆகவே, அவள் எட்மண்ட் என்ற ஒருவனைத் திருமணம் செய்துகொள்வதாக முடிவுசெய்தாள். ஆனால், அதே எட்மண்டைதான், கொனெரிலும் ரகசியமாக காதலித்துக் கொண்டிருந்தாள்.

இதனால், அவர்களிடையே கடுமையான போட்டி ஏற்பட்டு, கொனெரில் ரீகனை விஷம் வைத்துக் கொன்றுவிட்டாள். இதைத் தெரிந்துகொண்ட கொனெரிலின் கணவன், அவளைச் சிறையில்

அடைத்தான், அங்கே அவள் தற்கொலை செய்துகொண்டாள்.

கெட்டவர்களான இந்தப் பெண்கள் இப்படி மரணமடைய, நல்லவளான கார்டிலியாவும், போரில் சிறைபிடிக்கப்பட்டு இறந்தாள். அந்தத் துக்கம் தாளாமல், ராஜா லியரும் இறந்துபோனார்.

14

Macbeth

ஸ்காட்லாந்தின் அரசன் டன்கன். அரசனுடைய விசுவாசியான பிரபு மெக்பெத்.

அரசனுக்கு எதிராகப் போரிட்ட ஒரு கூட்டத்தை அடக்கிவிட்டு, மெக்பெத்தும் பான்கோவும் திரும்பிவந்துகொண்டிருந்தார்கள். அப்போது, மூன்று மாயப் பெண்கள் / சூனியக்காரிகள் அவர்களுக்கு எதிரே தோன்றினார்கள்.

அவர்கள் மூவரும், மெக்பெத்தை ஏற்கெனவே அறிந்திருந்தார்கள். அவன் ஸ்காட்லாந்தின் அரசனாவான் என்றும், அவனுக்குப்பின் பான்கோவின் வம்சாவளியினர் ஸ்காட்லாந்தை ஆளுவார்கள் என்றும் அவர்கள் ஆரூடம் சொன்னார்கள்.

மெக்பெத்தால் இதை நம்பவே முடியவில்லை. ஏனெனில், இப்போதைய ராஜாவுக்கு மகன்கள் உண்டு, ஒருவேளை ராஜா இறந்தாலும், அவருடைய வாரிசுகள்தானே அரசர்களாகமுடியும்?

ஆனால், இதை நம்பாமலிருப்பதும் சிரமமாக இருந்தது. ஏனெனில், அந்த மாயப் பெண்கள் சொன்ன இன்னொரு ஆசி,

உடனடியாக பலித்துவிட்டது. ஆகவே, தான் ஓர் அரசனாவோம் என்கிற நம்பிக்கை மெக்பெத்தினுள் தோன்றியது.

மெக்பெத் இந்த விஷயத்தைத் தன் மனைவியிடம் சொன்னான், அவளும் ராணியாகிற ஆசையில் மூழ்கினாள். இருவரும் எப்படியாவது இந்தக் கனவை நிஜமாக்கியாகவேண்டும் என்று தீர்மானித்து, அதற்கான திட்டங்களைத் தீட்டலானார்கள்.

பின்னர் ஒருநாள், அரசன் டன்கன் மெக்பெத்தின் வீட்டில் தங்கியபோது, இதுதான் சரியான சந்தர்ப்பம் என்றாள் மெக்பெத்தின் மனைவி. ஆகவே, அவர்கள் இருவருமாகச் சேர்ந்து, ராஜாவைக் கொன்றுவிட்டார்கள்.

ராஜா இறந்ததும், அவரை மெக்பெத்தான் கொன்றிருப்பான் என்று சந்தேகம் பரவியது. அவன் தங்களையும் கொன்றுவிடுவானோ என்று பயந்து, ராஜாவின் வாரிசுகள் நாட்டை விட்டே ஓடினார்கள்.

இப்படியாக, மாயப் பெண்கள் சொன்னபடி, மெக்பெத் ஸ்காட்லாந்தின் அரசனானான்.

ஆனால், அதன்பிறகுதான் பிரச்னைகள் தொடங்கின. அதே மாயப் பெண்களின் வாக்குப்படி, மெக்பெத்துக்குப்பின், பான்கோவின் வாரிசுகள்தான் இந்த நாட்டை ஆள்வார்கள். இதை யோசித்த மெக்பெத், முதல் வேலையாக பான்கோவையும் அவனுடைய மகனையும் கொல்வதற்கு ரகசிய ஏற்பாடுகள் செய்தான்.

அந்தச் சதியில், பான்கோ கொல்லப்பட்டான். ஆனால், அவனுடைய மகன் ஃப்ளியான்ஸ்மட்டும் எப்படியோ தப்பிவிட்டான்.

இதையடுத்து, மெக்பெத் கடுமையான மன அழுத்தத்திற்கு ஆளானான். அவனால் கொல்லப்பட்ட ராஜாவின் ஆவியும் பான்கோவின் ஆவியும், வேறு பல மாய சக்திகளும் அவனை விழிப்பிலும் தூக்கத்திலும் தொந்தரவு செய்தன. கனவுகளாலும் விநோதமான மாயத் தோற்றங்களாலும் ரொம்ப

பாதிக்கப்பட்டான் மெக்பெத். அவன் நிம்மதியாக உறங்குவதே இல்லாமல்போனது.

மறுபடி, அந்த மாயப் பெண்களை அழைத்துப் பேசினான் மெக்பெத். அந்தப் பெண்களும், அவர்களுடைய எஜமானர்களான சக்திகளும்கூட, அவன் திருப்திப்படும்படியான நேரடி பதில் எதையும் சொல்லவில்லை. ஆனாலும், அவர்கள் பூடகமாகப் பேசியவற்றைத் தவறாகப் புரிந்துகொண்டு நிம்மதி அடைந்தான் மெக்பெத்.

இதனிடையே, மெக்பெத்தை பலவீனப்படுத்துகிற இரண்டு நிகழ்வுகள் நடந்தன - முதலாவதாக, அவனுடைய சதிவேலைகளிலெல்லாம் துணையாக இருந்த மனைவி, இறந்துபோனாள்.

இரண்டாவதாக, இங்கிலாந்தில் மெக்பெத்துக்கு எதிராக ஒரு ராணுவம் உருவாகிக்கொண்டிருந்தது. மெக்பெத்தால் கொல்லப்பட்ட அரசனின் மகன் மால்கம்தான் அந்தப் படையின் தலைவன். எப்படியாவது மெக்பெத்தை வீழ்த்தி, இழந்த அரியணையைத் திரும்பப் பெறவேண்டும் என்பதற்காக மும்முரமாகப் போராடிக்கொண்டிருந்தான் அவன்.

இதைக் கேள்விப்பட்ட மெக்பெத், தன்னிலை மறந்து, பழைய அரசனின் உறவினர்கள், மால்கமிற்கு உதவுபவர்களின் குடும்பத்தினர் என்று எல்லோரையும் கொன்று குவித்தான். அவனைச் சுற்றியிருந்த எல்லோரும் அவனை வெறுக்க ஆரம்பித்தார்கள். இந்தக் கொடுங்கோலனின் ஆட்சிக்கு ஒரு முடிவு வராதா என்று ஏங்கிய அவர்கள், எப்படியாவது மால்கம் வெற்றியடையவேண்டும் என்று பிரார்த்தனை செய்தார்கள்.

போர் வந்தது. தன்னுடைய அரச பதவி போய்விடுமோ என்கிற கலக்கத்தில் இருந்த மெக்பெத், தன்னால் முடிந்தவரை வீரத்தோடு போராடினான். என்றாலும், கடைசியில் மரணம் அவனைத் தழுவியது. வந்ததுபோலவே, ஸ்காட்லாந்தின் சிம்மாசனம் அவனை விட்டுப் போய்விட்டது!

15

Antony & Cleopatra

ஜூலியஸ் சீஸர் நாடகத்தின் தொடர்ச்சிபோல் இந்த நாடகம் அமைந்திருக்கிறது. அந்த நாடகத்தின் இறுதியில் ரோமின் ஆட்சியாளர்களான மூவரில், ஆன்டனியின் கதை இது.

ஆக்டாவியஸ், லெபிடஸ் ஆகிய இருவருடன் இணைந்து ரோமின் ஆட்சிப்பொறுப்பை ஏற்றுக்கொண்ட ஆன்டனி, பின்னர் ஒரு கட்டத்தில், தனது கடமைகளை மறந்து, காதலில் விழுந்துவிடுகிறான்.

அவனை வீழ்த்திய அழகியின் பெயர் கிளியோபாட்ரா. எகிப்து அரசி.

கிளியோபாட்ராவைத் தீவிரமாக நேசித்த ஆன்டனி, எந்நேரமும் அவளுடைய மாளிகையிலேயே விழுந்துகிடக்கிறான். அவனுடைய ஆட்சிக்குட்பட்ட பகுதிகளில் நடக்கும் பிரச்னைகள் எதையும் அவன் கண்டுகொள்வதில்லை. இதன் உச்சமாக, அவனுடைய மனைவி இறந்தபோதுகூட, அவனிடம் எந்த மாற்றமும் தெரியவில்லை.

இதனால் எரிச்சலடைந்த ஆக்டாவியஸ், கடல் கொள்ளைக்காரர்களைத் தாக்கி அழிப்பதற்குத் தனக்கு உதவி தேவைப்படுவதாகச் சொல்லி, ஆன்டனியை மீண்டும் ரோமுக்கு அழைக்கிறான்.

ஆன்டனியைப் போகவேண்டாம் என்று கிளியோபாட்ரா தடுக்கிறாள். ஆனால், அவளைச் சமாதானப்படுத்திவிட்டு ரோமுக்குச் செல்கிறான் ஆன்டனி.

கிளியோபாட்ரா நினைத்ததுபோலவே, ரோமில் ஆன்டனியை அவளிடமிருந்து பிரிப்பதற்குச் சில ஏற்பாடுகள் செய்யப்பட்டிருந்தன. தன்னுடைய தங்கை ஆக்டாவியாவை ஆன்டனி திருமணம் செய்துகொள்ளவேண்டும் என்று விரும்பிய ஆக்டாவியஸ், எப்படியோ ஆன்டனியை இந்தத் திருமணத்துக்குச் சம்மதிக்க வைத்துவிடுகிறான்.

இந்தத் திருமணம் நடந்துவிட்டால், அதன்பிறகு ஆன்டனியின் கிளியோபாட்ரா மோகம் குறைந்துவிடும், அவன் பழையபடி ஆட்சி விவகாரங்களைக் கவனித்துக்கொண்டு ஒழுங்காக இருப்பான் என்பது ஆக்டாவியஸின் திட்டம்.

ஆனால், அவனுக்குத் தெரியாத விஷயம், கிளியோபாட்ராவின் பேரழகுக்குமுன்னால், எந்தப் பெண்ணும் நிற்கமுடியாது என்பதுதான்.

கிளியோபாட்ரா ஆன்டனியின் திருமணச் செய்தியைப்பற்றிக் கேள்விப்பட்டு கோபமடைகிறாள். ஆனால், ஆக்டாவியாவோடு தன்னை ஒப்பிட்டுப்பார்த்தால், கண்டிப்பாக ஆன்டனி தன்னிடமே திரும்பி வருவான் என்று எண்ணி சமாதானமடைகிறாள்.

அவள் நினைத்ததைப்போலவே, ஆன்டனி அவளிடமே திரும்புகிறான். கிளியோபாட்ராவுடன் எகிப்தின் அரசனாக முடிசூட்டிக்கொள்கிறான், கூடவே, ரோம் சாம்ராஜ்யத்தில் மூன்றில் ஒரு பாகத்தை, தன்னுடைய பங்காக எடுத்துக்கொள்கிறான்.

இதைக் கேள்விப்பட்ட ஆக்டாவியஸ், கடும் கோபமடைகிறான். இரு நண்பர்களுக்கும் இடையே போர் தொடங்குகிறது.

இந்தப் போரின்போது ஆன்டனியின் போர்ப்படைத் தளபதி ஒருவர் அவனுக்குத் துரோகம் செய்துவிடுகிறார். இதனால், தரைப்போரில் வெற்றிபெற்ற ஆன்டனியின் படை, கடலில் நடந்த போரில் தோல்வியடைகிறது.

இதையடுத்து, ஆன்டனி தற்கொலை செய்துகொண்டு இறக்கிறான். அதேபோல், கிளியோபாட்ராவும் ஒரு கொடிய விஷப்பாம்பைத் தன்மீது விட்டு, கடிக்கச் செய்து மரிக்கிறாள்.

இவர்கள் இருவரின் மரணச் செய்தியைக் கேட்ட ஆக்டாவியஸ், ஆன்டனி, கிளியோபாட்ரா இருவரின் பிணங்களையும், ஒன்றாகப் புதைக்கவேண்டும் என்று உத்தரவிடுகிறான்.

16

The Winter's Tale

சிசிலியின் அரசன் லியாண்டெஸ், அவனுடைய மனைவி ஹெர்மியோன். இவர்களுக்கு ஒரு மகன், மாமலெஸ்.

லியாண்டெஸின் சிறுவயது நண்பன் பாலிசெனஸ், பொஹெமியாவின் அரசனாக இருந்தான். பல ஆண்டுகளுக்குப்பின், இந்த நண்பர்கள் இருவரும் சந்தித்துப் பேசினார்கள்.

அப்போது, ஹெர்மியோனும் அவர்களோடு இருந்தாள். தன் கணவனின் நண்பனிடம் அவளும் அன்பாகப் பழகினாள். ஆனால், இந்தப் பழக்கத்தை லியாண்டஸ் தவறாக எண்ணிக்கொண்டு, அவர்கள்மீது சந்தேகப்பட்டான்.

தன்னுடைய நண்பனும் மனைவியும் தனக்கு துரோகம் செய்கிறார்கள் என்று எண்ணிய லியாண்டஸ், பாலிசெனஸைக் கொல்வதற்காக, காமிலியோ என்பவரை அனுப்பினான்.

லியாண்டஸின் இந்தச் சந்தேகத்தில் கொஞ்சமும் நியாயம் இல்லை என்று எண்ணிய காமிலியோ, பாலிசெனஸைக்

கொல்லாமல், அவரை பத்திரமாக பொஹெமியாவுக்கு அழைத்துச்சென்றுவிட்டார். அதன்பின், பாலிசெனஸின் நெருங்கிய ஆலோசகராகிவிட்டார் காமிலியோ.

இந்த விஷயம் கேள்விப்பட்ட லியாண்டெஸுக்கு, பயங்கர கோபம். இனிமேல் பாலிசெனஸை எதுவும் செய்யமுடியாது என்பதால், தன் மனைவி ஹெர்மியானைச் சிறையில் அடைத்துவிட்டான்.

அடுத்து, நிஜமாகவே ஹெர்மியான் தனக்கு துரோகம் செய்தாளா என்று நிச்சயமாகத் தெரிந்துகொள்வதற்காக, சில தூதுவர்களை ஒரு ஜோசியரிடம் அனுப்பிவைத்தான் லியாண்டெஸ்.

இதனிடையே, சிறையில் ஹெர்மியானுக்கு ஒரு பெண் குழந்தை பிறந்தது. அந்தக் குழந்தையை ஒரு தோழியிடம் கொடுத்து, ராஜாவிடம் காண்பிக்கும்படி அனுப்பினாள்.

ஆனால், அந்தப் பச்சிளம் குழந்தையைப் பார்த்தபிறகும், லியாண்டெஸின் மனம் மாறவில்லை. மாறாக, தன்னுடைய சொந்த மகளின்மீது வெறுப்பு கொண்ட அவன், அந்தக் குழந்தையை வேறொரு தீவில் விட்டுவிடும்படி அனுப்பிவிட்டான்.

இந்தத் தகவலைக் கேட்டதும், ஹெர்மியானுக்கு பலத்த அதிர்ச்சி. கூடவே, அவளைப் பிரிந்த சோகம் தாளாமல், அவளுடைய மகன் மாமலெஸும் இறந்துவிட்ட செய்தி அவளை அடைந்தது. இந்த இரட்டை வேதனையைத் தாங்கமுடியாமல், அவள் சுருண்டு விழுந்துவிடுகிறாள். அவளைச் சோதித்தவர்கள், அவள் இறந்துவிட்டதாக அறிவிக்கிறார்கள்.

இதற்குள், ஜோசியரிடமிருந்து தகவல் வருகிறது. அதில், ‘ஹெர்மியான்மீது எந்தத் தவறும் இல்லை’, என்று தெளிவாக எழுதியிருக்கிறது. கூடவே, ‘அவளைக் கொடுமைப்படுத்திய லியாண்டெஸ், அவன் இப்போது இழந்ததைத் திரும்பக் கண்டுபிடிக்காவிட்டால், வாரிசு இல்லாமல் தவிக்கப்போகிறான்’, என்றும் குறிப்பிட்டிருக்கிறது.

அதாவது, லியாண்டெஸின் மகன் ஏற்கெனவே இறந்துவிட்டான், மிச்சமிருந்த மகளையும், நாடுகடத்தியாகிவிட்டது. இப்போது, அந்த மகளைத் தேடிக் கண்டுபிடித்தால்தான் அவனுக்கு வாரிசு.

மனைவியின்மீது அநியாயமாக சந்தேகப்பட்டதன் குற்றவுணர்ச்சியும், மகன், மகளை இழந்த வேதனையும் லியாண்டெஸைத் துன்புறுத்தியது. அவன் மிகுந்த சோகத்தில் ஆழ்ந்தான்.

இதனிடையே, லியாண்டெஸின் மகளைத் தூக்கிச்சென்றவன், அவளை பொஹெமியாவின் கடற்கரை ஒன்றில் விட்டுவிடுகிறான். பின்னர், அவன் தன்னுடைய நாட்டுக்குத் திரும்பும்போது, ஒரு கரடியால் தாக்கப்பட்டு இறந்துவிடுகிறான்.

கடற்கரையில் தனியே கிடக்கும் அந்தப் பெண்குழந்தையை, ஆடு மேய்ப்பவன் ஒருவன் எடுத்து வளர்க்கிறான். அவளுடைய பெயர், பெர்டிடா.

பெர்டிடா வளர்ந்து வாலிபப் பருவம் எய்தினாள். ராஜ பரம்பரையைச் சேர்ந்தவள் என்பதால், அவளுடைய அழகும் கம்பீரமும் எல்லோரையும் கவர்ந்தது.

பொஹெமியாவின் அரசனான பாலிசெனஸுக்கு, ஒரு மகன். அவன் பெயர் ஃப்லோரிசெல். அவன் காட்டில் வேட்டையாடிக்கொண்டிருக்கும்போது, பெர்டிடாவைப் பார்த்தான், இருவருக்கும் காதல் பூத்தது.

தன் மகன் ஒரு சாதாரணக் குடும்பத்துப் பெண்ணைக் காதலிக்கிறான் என்று தெரிந்துகொண்ட பாலிசெனஸுக்கு, பயங்கர கோபம். காதலர்களை வலுக்கட்டாயமாகப் பிரித்து, இனிமேல் பெர்டிடா அவனைச் சந்தித்தால், அவள் குடும்பத்தையே கொன்றுவிடுவேன் என்று மிரட்டுகிறார்.

பாலிசெனஸிடம் ஆலோசகராக இருந்த காமிலியோவுக்கு, அரசரின் இந்தப் பிடிவாதம் பிடிக்கவில்லை. காதலர்களை எப்படியாவது சேர்த்துவைக்கவேண்டும் என்று

நினைத்துக்கொண்ட அவன், அவர்களை சிசிலிக்கு அழைத்துச்செல்கிறான். அங்கே, அரசன் லியாண்டெஸ் இவர்களுக்குப் பணயம் அளிக்கிறான்.

அப்போது, பெர்டிடாவைப் பார்க்கும் லியாண்டெஸ், அசந்துபோய் நின்றுவிடுகிறான். ஏனெனில், அவள், அச்சு அசல் இறந்துபோன ஹெர்மியானைப்போலவே இருக்கிறாள்.

'என் மகள் இப்போது உயிரோடு இருந்திருந்தால், இப்படித்தான் இருப்பாள்', என்று லியாண்டெஸ் சொல்ல, பெர்டிடாவின் வளர்ப்புத் தந்தை, அவள் தனக்குக் கிடைத்த கதையைச் சொல்கிறான். இந்த இரு சந்தர்ப்பங்களைப் பொருத்திப்பார்க்கையில், பெர்டிடா லியாண்டெஸின் மகள்தான் என்பது எல்லோருக்கும் தெரியவருகிறது.

இழந்த மகள் திரும்பக் கிடைத்த சந்தோஷத்தில் லியாண்டெஸ் இருக்க, அவனுடைய மனைவி ஹெர்மியானும் சாகவில்லை என்ற ஆனந்தமான உண்மை அவனுக்குத் தெரிகிறது - பிஞ்சுக் குழந்தையை நாடுகடத்திய லியாண்டெஸின்மீது கோபம் கொண்ட ஹெர்மியான், இறந்துவிட்டதுபோல் நடித்து, தன் மகள் திரும்பக் கிடைக்கும்வரை கணவனைச் சந்திப்பதில்லை என்று முடிவுசெய்து, ஒளிந்து வாழ்ந்துகொண்டிருந்தாள். இப்போது, பெர்டிடா திரும்பக் கிடைத்துவிட்டதால், அவளும் ராஜாவின்முன் வந்து, எல்லா உண்மைகளையும் சொன்னாள்.

பிரிந்த குடும்பம் மீண்டும் சேர்ந்தது. பெர்டிடாவும் ராஜகுமாரிதான் என்று தெரிந்துகொண்ட பாலிசெனஸ், தன் மகனை அவளுக்குத் திருமணம் செய்துகொடுக்கச் சம்மதித்தான்.

17

The Tempest

நடுக்கடலில் கடுமையான புயலும் கொந்தளிப்பும் ஏற்படுகிறது. அதில் ஒரு கப்பல் சிக்கித் தவிக்கிறது.

அந்தக் கப்பலில் உள்ளவர்கள், நேபல்ஸ் பகுதியின் ராஜா, அவருடைய மகன் ஃபெர்டினாண்ட், கூடவே மிலன் பகுதியின் பிரபு அன்டோனியா. இவர்கள் பயணம் செய்த கப்பலின் மாலுமிகளும் மற்றவர்களும் எவ்வளவோ முயன்றும், கப்பலைக் கட்டுப்படுத்தவே முடியவில்லை.

ஏனெனில், அந்தப் புயல் இயற்கையான புயல் இல்லை. மாயாஜாலத்தால் உண்டாக்கப்பட்ட செயற்கைப் புயல்!

அந்தப் புயலை உருவாக்கிய மந்திரவாதியின் பெயர் பிராஸ்பரோ. புயலும் கொந்தளிப்பும் ஏற்பட்ட பகுதிக்குக் கொஞ்சம் அருகே இருந்த ஒரு தீவில்தான் இந்த மந்திரவாதி வாழ்ந்துவந்தார். அவரோடு, அவருடைய ஒரே மகள் மிரண்டாவும் இருந்தாள்.

பிறந்ததிலிருந்து, மிரண்டா வேறு மனித முகங்களையே பார்த்ததில்லை. அவளுக்குத் தெரிந்ததெல்லாம் அவளுடைய

அப்பாவும், கூடவே, அவரால் ஆட்டுவிக்கப்படும் மாய சக்திகள் சிலதும்தான்.

இவர்கள் இப்படி இந்தத் தீவில் சிறைபட்டதற்குக் காரணம், ஒரு துரோகம். அந்தக் கதையை இப்போதுதான், பிராஸ்பரோ மிராண்டாவுக்குச் சொல்கிறார்.

பல ஆண்டுகளுக்குமுன், மிலன் பகுதியின் பிரபுவாக இருந்தவர் இந்த பிராஸ்பரோ. அவருடைய தம்பிதான் அன்டோனியா.

பிராஸ்பரோவுக்கு நல்ல புத்தகங்களைப் படிப்பதில் ஆர்வம் அதிகம். ஆகவே, அதில் கவனம் செலுத்திக்கொண்டு, ஆட்சிப் பொறுப்புகளை அவ்வளவாகக் கவனிக்காமல் இருந்துவிட்டார். இதைப் பயன்படுத்திக்கொண்டு, பிராஸ்பரோவின் தம்பி அன்டோனியா அவரை ஒதுக்கித்தள்ளிவிட்டு, ஆட்சிக்கு வந்துவிட்டான். இந்தத் துரோகத்தில் அன்டோனியாவுக்கு உதவியவர் நேபல்ஸின் ராஜா.

ஆட்சியிலிருந்து பிராஸ்பரோவைக் கீழே தள்ளிவிட்ட இந்த இருவரும், நல்லவேளையாக அவரைக் கொல்லவில்லை. அப்படிச் செய்தால், மிலன் மக்கள் கோபப்பட்டுவிடுவார்களோ என்று பயந்து, வேறு ஒரு சூழ்ச்சி செய்தார்கள்.

பிராஸ்பரோவையும் அவரது மகள் மூன்று வயது மிரண்டாவையும் ஒரு கப்பலில் ஏற்றி, நடுக்கடலுக்குக் கொண்டுசென்று, அங்கே ஒரு சிறிய படகில் அவர்களை இறக்கிவிட்டார்கள். ஒன்றிரண்டு நாள்களுக்குள், அவர்கள் பசியிலேயே இறந்துவிடுவார்கள் என்று அவர்களுடைய திட்டம்.

ஆனால், நல்லவேளையாக பிராஸ்பரோவின்மீது பாசம் கொண்ட ஊழியர் ஒருவர், அவர்களுக்குத் தேவையான தண்ணீர், உணவு, அவருக்குப் பிடித்த சில புத்தகங்களையெல்லாம் அந்தப் படகில் ஒளித்துவைத்திருந்தார். ஆகவே, சில நாள்களுக்கு அவர்களால் சமாளிக்கமுடிந்தது.

அங்கிருந்த உணவு தீர்வதற்குள், அவர்கள் இந்தத் தீவில்

கரையிறங்கிவிட்டார்கள். பின்னர், அதே படகில் இருந்த மந்திர தந்திரப் புத்தகங்களையெல்லாம் படித்து, மந்திரஜாலத்தில் விற்பன்னராகிவிட்டார் பிராஸ்பரோ.

அந்தத் தீவில், அவருக்குத் துணையாக, பல மாயாஜால சக்திகள் கிடைத்தன. எங்கெங்கோ சிறைபட்டிருந்த அந்தச் சக்திகளை விடுவித்து, தன்னுடைய சேவகர்களாக வைத்துக்கொண்டார் பிராஸ்பரோ.

அந்தச் சக்திகளில் ஒன்றுதான், அவருடைய கட்டளைப்படி இந்தப் புயலை உருவாக்கியுள்ளது. அதில் சிக்கிக்கொண்ட கப்பலில், முன்பு பிராஸ்பரோவுக்குத் துரோகம் செய்தவர்கள் எல்லோரும் இருந்தார்கள்.

அவர்களைக் கொல்வது பிராஸ்பரோவின் நோக்கம் இல்லை. தாங்கள் செய்த தவறை அவர்களாக உணரவேண்டும் என்றுதான் அவர் விரும்பினார்.

ஆகவே, இந்தச் செயற்கைப் புயலில் சிக்கியவர்கள் யாருக்கும் எந்தப் பாதிப்பும் உண்டாகவில்லை. ஆனால், ஒவ்வொருவரும் தனித்தனியே பிரிக்கப்பட்டார்கள். எல்லோரும், மற்றவர்கள் இறந்துவிட்டதாகவும், தான்மட்டும் பிழைத்திருப்பதாகவும் நினைத்துக்கொண்டார்கள்.

அப்படி உயிர்பிழைத்த இளவரசன் ஃபெர்டினாண்ட், பிராஸ்பரோவின் திட்டப்படி, அவர்கள் இருந்த தீவிலேயே கரையேறினான். அங்கே மிரண்டாவைப் பார்த்தான், அவளும் இப்போதுதான் வேற்று மனிதன் ஒருவனைப் பார்க்கிறாள்.

அவர்கள் இருவருக்கும், கண்டதும் காதல் உண்டாகிவிட்டது. சில சோதனைகளுக்குப்பின், இந்தக் காதல் உண்மையானதுதான் என்று தெரிந்துகொள்கிறார் பிராஸ்பரோ. ஆகவே, அவருக்கும் இந்தத் திருமணத்தில் சம்மதம் என்று தெரிவிக்கிறார்.

அப்போது, அதே தீவின் வேறொரு பக்கத்தில், பிராஸ்பரோவின் தம்பி அன்டோனியாவும் ஃபெர்டினாண்டின் அப்பாவான

நேபல்ஸ் ராஜாவும் அலைந்து திரிந்துகொண்டிருக்கிறார்கள். தன் மகன் புயலில் சிக்கி இறந்துவிட்டான் என்று நம்பிக்கொண்டிருக்கும் ராஜா, ரொம்ப சோகத்தில் இருக்கிறார்.

அப்போது அவர்கள்முன் ஒரு மாய உருவம் தோன்றி, அவர்கள் பிராஸ்பரோவுக்குச் செய்த துரோகத்தை நினைவுபடுத்துகிறது. அதை எண்ணி மனப்பூர்வமாக வருந்துகிறார் ராஜா.

இதைத் தெரிந்துகொண்ட பிராஸ்பரோ, எல்லோரையும் அங்கே வரவழைக்கிறார். அன்டோனியாவும் ராஜாவும் பிராஸ்பரோவிடம் மன்னிப்பு கேட்கிறார்கள். அவர்களிடம் நடந்த கதையையெல்லாம் சொல்லி, ஃபெர்டினாண்ட் இன்னும் உயிரோடுதான் இருக்கிறான், அவனுக்கு ஒரு மனைவியையும் தேடிக்கொண்டுவிட்டான் என்று அறிவிக்கிறார்.

இப்போது எல்லோரும் ஒன்றுசேர்ந்துவிட்டதால், தனது மாயாஜாலப் புத்தகங்களையெல்லாம் தரைக்குள் குழிதோண்டிப் புதைத்துவிடுகிறார் பிராஸ்பரோ. கூடவே, தன்னுடைய சேவகர்களாக இருந்த எல்லா சக்திகளையும் விடுதலை செய்துவிடுகிறார். மீண்டும் அவர் மிலன் பிரபுவாகிறார், ஃபெர்டினாண்ட் - மிரண்டா திருமணம் சிறப்பாக நடைபெறுகிறது.

★★★

தெளிவான எழுத்தும் ஆழமான ஆய்வும் நிறைந்த நூல்களுக்காகத் தமிழ் வாசகர்களிடையில் நன்கு அறியப்பட்டுள்ள என். சொக்கன் புனைவு, வாழ்க்கை வரலாறு, நிறுவன வரலாறு, தன்னம்பிக்கை, சிறுவர் இலக்கியம் உள்ளிட்ட துறைகளில் இதுவரை எழுபதுக்கும் மேற்பட்ட நூல்கள், நூற்றுக்கணக்கான கதைகள், கட்டுரைகளை எழுதியுள்ளார். விரிவான ஆய்வுகள், சான்றுகளின் அடிப்படையிலான ஆழமான வரலாற்று நூல்களைத் தமிழில் எழுத இயலும், அவற்றைப் பெரும்பான்மை வாசகர்களுக்குக் கொண்டுசேர்க்கவும் இயலும் என்பதைப் பலமுறை நிரூபித்த எழுத்து வகை இவருடையது.

தமிழ், ஆங்கிலம் ஆகிய இரு மொழிகளிலும் எழுதும் சொக்கனுடைய நூல்கள் ஹிந்தி, கன்னடம், மலையாளம் உள்ளிட்ட பல மொழிகளில் மொழிபெயர்ப்பாகியுள்ளன.

www.ingramcontent.com/pod-product-compliance
Ingram Content Group UK Ltd.
Pitfield, Milton Keynes, MK11 3LW, UK
UKHW042130021026
15589UKWH00003B/733

9 788195 673537